ഉത്തര

uthara
novel
•
anitha das
•
first edition
january 2018
•
published
chintha publishers, thiruvananthapuram
•
typesetting
star communications, thiruvananthapuram
•
cover
midas

വിതരണം

ദേശാഭിമാനി ബുക്ക് ഹൗസ്

H O തിരുവനന്തപുരം-695 035
phone: 0471-2303026, 6063026
www.chinthapublishers.com
chinthapublishers@gmail.com

ബ്രാഞ്ചുകൾ

ഹെഡ്ഡാഫീസ് ബ്രാഞ്ച് കുന്നുകുഴി • സ്റ്റാച്യു തിരുവനന്തപുരം • കെ എസ് ആർ ടി സി ബസ് സ്റ്റേഷൻ ആലപ്പുഴ • കെ എസ് ആർ ടി സി ബസ് സ്റ്റേഷൻ എറണാകുളം • മച്ചിങ്ങൽ ലെയ്ൻ തൃശൂർ • ഐ ജി റോഡ് കോഴിക്കോട് • മാവൂർ റോഡ് കോഴിക്കോട് • എൻ ജി ഒ യൂണിയൻ ബിൽഡിങ് കണ്ണൂർ • സെൻട്രൽ ബസ് ടെർമിനൽ കോംപ്ലക്സ് താവക്കര കണ്ണൂർ

CO - 2812 / 4536
ISBN - 978-93-86637-81-9

ഉത്തര

(നോവൽ)

അനിതാ ദാസ്

ചിന്ത പബ്ലിഷേഴ്സ്
തിരുവനന്തപുരം-695 035

അനിതാ ദാസ്

പത്തനംതിട്ട ജില്ലയിലെ മല്ലപ്പള്ളി താലൂക്കിൽ ആനിക്കാട് എന്ന ഗ്രാമത്തിലാണ് ജനനം. ഇരുമ്പിനിക്കൽ പാറയിൽ വീട്ടിൽ ശ്രീ. മോഹൻദാസിന്റെയും ശ്രീമതി പൊന്നമ്മ ദാസിന്റെയും മകൾ. ഏക സഹോദരി അജിതാ ദാസ്. പ്രാഥമിക വിദ്യാഭ്യാസം പുല്ലുകുത്തി എം റ്റി എൽ പി സ്കൂളിലും പിന്നീട് നെടുങ്ങാടപ്പള്ളി സെന്റ് ഫിലോമിനാസ് സ്കൂളിലും പൂർത്തിയാക്കി. ഹൈസ്കൂൾ വിദ്യാഭ്യാസം ചെങ്ങരൂർ സെന്റ്. തെരേസാസ് ഹയർ സെക്കന്ററി സ്കൂളിലും കോളേജ് വിദ്യാഭ്യാസം ചങ്ങനാശ്ശേരി അസംപ്ഷൻ കോളേജിലും ആയിരുന്നു. കോളേജു വിദ്യാഭ്യാസകാലം മുതൽക്കുതന്നെ കവിതകൾ എഴുതി തുടങ്ങിയിരുന്നു. നിരവധി ചെറുകഥകളും, കഥകളും കവിതകളും പ്രസിദ്ധീകരിച്ചു. സാമൂഹിക-രാഷ്ട്രീയ മേഖലകളിൽ പ്രവർത്തിച്ചു വരുന്നു. ഫിലിം എഡിറ്ററായി സ്വന്തം സ്റ്റുഡിയോയിൽ പ്രവർത്തിക്കുന്നു.

വിലാസം : ഇരുമ്പിനിക്കൽ പാറയിൽ ഹൗസ്
നൂറനാട്ട് പി ഒ
ആനിക്കാട്
പത്തനംതിട്ട ജില്ല

ഫോൺ : 7907097427

പ്രസാധകക്കുറിപ്പ്

ഇനിയും ഈ രാജ്യത്ത് ഒരു ദേവദാസിയും ജനിക്കാതിരിക്കട്ടെ എന്ന സന്ദേശത്തോടെ അനാചാരങ്ങൾക്കെതിരായി ആർത്തിരമ്പുന്ന യുവതയുടെ ചിത്രം കാട്ടിത്തന്ന് അനിതാദാസ് പറയുന്നത് ഉത്തര എന്ന ദേവദാസിയുടെ ജീവിതകഥയാണ്. ഉച്ചുംഗിമലയിലെ ശ്രീദുർഗ്ഗാ ദാസിയാവാനൊരുങ്ങുന്നതു മുതൽ താനൊരിക്കൽ തന്റെ ജീവനായി കരുതി സ്നേഹിച്ചിരുന്ന കാമുകന്റെ കൈകളിൽ വീണൊടുങ്ങുന്നതുവരെയുള്ള ജീവിതം സരസമായി വിവരിച്ചിരിക്കയാണ് ഗ്രന്ഥകാരി *ഉത്തര* എന്ന ഈ നോവലിൽ.

തികച്ചും വായനാസുഖമുള്ള ഈ നോവൽ വൻതോതിൽ സ്വീകരിക്കപ്പെടും എന്ന് ഞങ്ങൾ പ്രതീക്ഷിക്കുന്നു.

ചിന്ത പബ്ലിഷേഴ്സ്

ഒന്ന്

നേരം ഉച്ചയോടടുക്കുന്നു. മാഘമാസത്തിലെ സൂര്യൻ തീക്ഷ്ണ പ്രഭയോടെ തിളങ്ങുന്നു. ഉത്തര കർണ്ണാടകയിലെ ഉച്ചുംഗിമലയുടെ നെറുകയിൽ വിശാലമായി പരന്നു കിടക്കുന്ന അവിടുത്തെ പ്രസിദ്ധമായ ദുർഗ്ഗ ക്ഷേത്രം. ക്ഷേത്രത്തിലേക്ക് വരുന്നവരുടെയും പോകുന്നവരുടെയും തിരക്ക്. പരിസരമാകെ ഒരു ഉത്സവത്തിന്റെ പ്രതീതി. ക്ഷേത്രത്തിൽനിന്ന് നാദസ്വരത്തിന്റെയും തകിലിന്റെയും ശബ്ദം ഒഴുകിയെത്തുന്നു. ക്ഷേത്രത്തിലേക്കുള്ള വഴിയരികിൽ പലതരം പലഹാരങ്ങൾ വില്ക്കുന്ന കടകളും വിവിധയിനം ചിന്തിക്കടകളും യാചകരും നിരന്നിരിക്കുന്നു. ക്ഷേത്രത്തിന്റെ മുൻപിലായി ഒരു വലിയ ആൽവൃക്ഷം വളർന്നു പന്തലിച്ചു നില്ക്കുന്നു. അതിന്റെ ഇലകൾ മന്ദമാരുതന്റെ തലോടലിൽ ഇളകിച്ചിരിക്കുന്നു.

ആ ആൽത്തറയിൽ നിരവധിയാളുകൾ വിശ്രമിക്കുന്നു. ആൽത്തറയുടെ ഒരു കോണിൽ പരിക്ഷീണയായൊരു വൃദ്ധ ആ ആൽമരത്തിലേക്കു ചാഞ്ഞിരിക്കുന്നു. അവർ മയങ്ങുകയാണ്. ചുക്കിച്ചുളിഞ്ഞ ശരീരം, മുഷിഞ്ഞ വേഷം, പഞ്ഞിക്കെട്ടു പോലെയുള്ള തലമുടി, വെളുത്ത നിറം, നെറ്റിയിൽ വലിയ ഒരു സിന്ദൂരപ്പൊട്ട്, നീണ്ട നാസികയിൽ അണിഞ്ഞിരിക്കുന്ന വൈര മൂക്കുത്തി സൂര്യപ്രഭയിൽ വെട്ടിത്തിളങ്ങുന്നു. കൈകളിൽ കുപ്പിവളയും കഴുത്തിൽ മുത്തുമാലയും അവർ അണിഞ്ഞിരിക്കുന്നു. ചുക്കിച്ചുളിഞ്ഞ ആ മുഖത്ത് ഐശ്വര്യം കളിയാടുന്നു. അവിടത്തെ തിരക്കിനിടയിൽ ആരും അവരെ ശ്രദ്ധിക്കുന്നതേയില്ല.

ഉച്ചസ്ഥായിയിൽനിന്നും സൂര്യൻ പടിഞ്ഞാറോട്ടു സഞ്ചരിച്ചു തുടങ്ങി. ആ സമയം ക്ഷേത്രവീഥിയിൽ കൂടി മനോഹരമായി അലങ്കരിച്ച ഒരു കാളവണ്ടി ആ ആൽമരത്തിന്റെ മുന്നിലായി വന്നു നിന്നു. ആളുകൾ

കൂട്ടത്തോടെ ആ കാളവണ്ടിക്കരികിലേക്ക് ആഹ്ലാദ ശബ്ദത്തോടെ ഓടിയണഞ്ഞു. ശബ്ദം കേട്ട് വൃദ്ധ ഞെട്ടിയുണർന്നു. അവരുടെ കണ്ണുകൾ ആൾക്കൂട്ടത്തിലേക്കും അവരെ വകഞ്ഞുമാറ്റി കാളവണ്ടിക്കരികിലേക്കും ചെന്നു. കാളവണ്ടിയിൽനിന്നും പ്രൗഢ ഗംഭീരനായ ഒരാൾ ഇറങ്ങുന്നു.

വെയിലത്തു മിന്നുന്ന സിൽക്കിന്റെ കുർത്തയും വീതിക്കസവുള്ള ദോത്തിയുമായിരുന്നു അയാളുടെ വേഷം. കഴുത്തിൽ സ്വർണ്ണത്തിൽ തീർത്ത മാലയും ചുവപ്പു ചരടിൽ സ്വർണ്ണം കെട്ടിയ രുദ്രാക്ഷവും. തടിച്ചു കുറുകി നന്നേ വെളുത്ത ശരീരമായിരുന്നു അയാളുടേത്. അല്പം കഷണ്ടി കയറിയ തലയും പ്രസന്നഭാവമുള്ള മുഖവുമായിരുന്നു, അയാളുടേത്. മുറുക്കിച്ചുവപ്പിച്ച ചുണ്ടിൽ ഒരു പുഞ്ചിരി കളിയാടുന്നുണ്ടായിരുന്നു. കൈവിരലുകൾ എട്ടിലും മോതിരമണിഞ്ഞിട്ടുണ്ട്. അയാൾ തന്റെ ചുറ്റും നില്ക്കുന്നവരെ നോക്കി പുഞ്ചിരിച്ചു. എല്ലാവരും അയാളെ താണു വണങ്ങി. കൈപ്പടം കണ്ണിന്റെ മുകളിൽവച്ച് വൃദ്ധ അയാളെ സൂക്ഷിച്ചു നോക്കിയശേഷം അവർ നോട്ടം പിൻവലിച്ച് തന്റെ അടുത്തേക്കുവന്ന ഒരാളോടു ചോദിച്ചു.

“ആരാ മക്കളേ ആ വന്നത്..?”

കേട്ടയാൾ വൃദ്ധയെ ആകമാനം നോക്കിക്കൊണ്ട് പറഞ്ഞു.

“ഏ... നിങ്ങൾക്ക് അറിയില്ലേ?

അദ്ദേഹം ആ നാടിന്റെ ദൈവമാണ്. ഇവിടുത്തെ ജന്മി സീതാരാമർ..”

അയാൾ പുച്ഛത്തോടെ അവരെ നോക്കിക്കൊണ്ട് അവിടെനിന്നു നടന്നു നീങ്ങി. വൃദ്ധ വീണ്ടും കാളവണ്ടിക്കരികിലേക്കു നോക്കി. എന്നിട്ടു പിറുപിറുത്തു.

“സീതാരാമർ.... സീതാരാമർ... കേശവപ്പെരുമാൾ...”

സീതാരാമർ ക്ഷേത്രത്തിലേക്കുള്ള പടവുകൾ കയറിത്തുടങ്ങി.

വൃദ്ധ ചുറ്റും കണ്ണോടിച്ചു. ശേഷം അവർ തന്റെ അടുത്തിരുന്ന ഭാണ്ഡക്കെട്ട് എടുത്ത് തോളിലിട്ടു. തനിക്കു സമീപം വച്ചിരുന്ന നീളമുള്ള വടി പരതിയെടുത്തു അതും നിലത്തൂന്നി പ്രയാസപ്പെട്ട് അവർ അവിടെനിന്നും എഴുന്നേറ്റു. അവർക്കു നല്ല വിശപ്പും ദാഹവും തോന്നി. അവർ ചുറ്റുമുള്ള പലഹാരക്കടയിലേക്കു കൊതിയോടെ നോക്കി. എന്നാൽ അവരുടെ കൈയിൽ പണമുണ്ടായിരുന്നില്ല. അവർ പതുക്കെ അവിടെനിന്നും നടന്നു തുടങ്ങി. നടക്കുന്നതിനിടയിൽ അവർ എന്തൊക്കെയോ പിറുപിറുക്കുന്നുണ്ടായിരുന്നു. കുറച്ചു നടന്നപ്പോൾ ആ ഗ്രാമത്തിലെ ഒരു ചെറിയ വീട് അവരുടെ ശ്രദ്ധയിൽ പെട്ടു. അവർ ആ വീട് ലക്ഷ്യമാക്കി നടന്നു.

രണ്ട്

ഭംഗിയായി അലങ്കരിച്ചിരുന്ന ഒരു മൺവീട്. അതിനു പിന്നിലായി നോക്കെത്താ ദൂരത്തോളം പരന്നു കിടക്കുന്ന ചോളപ്പാടം. പാടത്ത് പറന്നിറങ്ങുന്ന കൊറ്റികളും മറ്റ് പറവകളും. വൃദ്ധ ഒരു നിമിഷം വീടിന്റെ പടിക്കൽ നിന്ന് അകത്തേക്കു നോക്കി. പുറത്ത് ഏതാനും ആളുകൾ നിന്ന് വീടിന്റെ മോടികൂട്ടുന്നു. സ്ത്രീകളെ ആരെയും തന്നെ മുറ്റത്തു കാണുന്നില്ല. എങ്കിലും ഏതോ ആഘോഷത്തിന്റെ ഒരുക്കത്തിലാണ് ആ വീട് എന്നവർക്കു മനസ്സിലായി. "ഭക്ഷണമെന്തെങ്കിലും കിട്ടാതിരിക്കില്ല" അവർ അകത്തേക്കു നടന്നു. മുറ്റത്തു ചെന്നു നിന്ന അവരെ പണിക്കാർ ഒന്നു നോക്കിയിട്ട് വീണ്ടും തങ്ങളുടെ ജോലിയിൽ വ്യാപൃതരായി. വൃദ്ധ ആകമാനം പരിസരം വീക്ഷിച്ചു വീടിനകത്തുനിന്ന് പാട്ടിന്റെയും നൃത്ത താളത്തിന്റെയും ശബ്ദം കേൾക്കുന്നു. ആരൊക്കെയോ അകത്ത് സംസാരിക്കുകയും ചിരിക്കുകയും ചെയ്യുന്നു. വൃദ്ധ എന്തൊക്കെയോ പിറുപിറുത്തുകൊണ്ട് ആ വീടിന്റെ ഉമ്മറത്തിരുന്നു അല്പനേരം കഴിഞ്ഞപ്പോൾ ആ വൃദ്ധയുടെ അടുത്തേക്ക് നാലു വയസ്സു മാത്രം പ്രായം തോന്നുന്ന ഒരു കൊച്ചു സുന്ദരി വന്നു. അവളെകണ്ടതും വൃദ്ധ പുഞ്ചിരിയോടെ കൈയാട്ടി വിളിച്ചു. അവൾ നാണിച്ച് ശങ്കയോടെ ഒരു നിമിഷം വൃദ്ധയെ നോക്കി നിന്നിട്ട് അകത്തേക്ക് ഓടിപ്പോയി. അല്പസമയം കഴിഞ്ഞപ്പോൾ ഒരു സ്ത്രീ അകത്തുനിന്നും വെളിയിലേക്കു വന്നു. അവരുടെ സാരിത്തലപ്പിൽ പിടിച്ചുകൊണ്ട് ആ സുന്ദരിക്കുട്ടിയും ഉണ്ടായിരുന്നു. അവരെ കണ്ടപ്പോൾ വൃദ്ധ ചിരിച്ചു. എന്നിട്ട് ക്ഷീണ സ്വരത്തിൽ ആവശ്യപ്പെട്ടു.

"മോളേ വല്ലാത്ത ദാഹം...

കുടിക്കാനല്പം വെള്ളം തരൂ.."

അവൾ പുഞ്ചിരിച്ചുകൊണ്ട്

"ദാ ഇപ്പോ കൊണ്ടുവരാം വല്യമ്മേ..."

എന്നു പറഞ്ഞുകൊണ്ട് അകത്തേക്കു പോയി. പിറകെ ബാലികയും.

വൃദ്ധ ചെന്നെത്തിയ ആ വീട് സീതാരാമരുടെ കൃഷിക്കാരിൽ പ്രധാനിയായിരുന്ന അമലുവിന്റേതായിരുന്നു. ദരിദ്രനായ അമലുവിനും അയാളുടെ ഭാര്യ സുനന്ദിനിക്കും അഞ്ചു പെൺമക്കളായിരുന്നു. എല്ലു മുറിയെ പണിയെടുത്തിട്ടും തന്റെ വീട്ടിലെ ദാരിദ്ര്യത്തിന് ഒരറുതിയും ഇല്ലായിരുന്നു. അതിനാൽ അമലു എന്നും ദുഃഖിതനായിരുന്നു. അങ്ങനെയുള്ള അവസരത്തിലാണ് തന്റെ മൂത്ത മകൾ ഋതുമതിയാകുന്നത്. ആ വിവരം തന്റെ യജമാനനെ അറിയിച്ചപ്പോൾ അവളെ ശ്രീദുർഗ്ഗയ്ക്ക് ദാസിയാക്കുവാൻ ആവശ്യപ്പെട്ടു. അങ്ങനെ ചെയ്താൽ തന്റെ വീട്ടിലെ ദാരിദ്ര്യവും കഷ്ടപ്പാടുകളും ദേവീ കടാക്ഷത്താൽ മാറുമെന്ന് സീതാരാമർ ഉപദേശിച്ചു. മാത്രമല്ല ആ ദേശത്തിനുതന്നെ അത് ഐശ്വര്യമാകുമെന്നും അയാൾ പറഞ്ഞു. അതിനു വേണ്ടുന്നതായ എല്ലാ ചെലവുകളും സീതാരാമർ തന്നെ നിർവ്വഹിക്കാമെന്നും ഏറ്റു. ഇന്നു രാത്രിയിൽ തുടങ്ങുന്ന പൂജ കഴിയുമ്പോൾ തന്റെ മൂത്ത മകൾ ശിവാനി ദേവദാസിയായി മാറും. തന്റെ മറ്റു കുട്ടികളെ എങ്കിലും നന്നായി വളർത്തുവാനും പട്ടിണിയില്ലാതെ കഴിയുവാനും അമലുവിനും സുനന്ദിനിക്കും കഴിയും. അതിന്റെ ആഘോഷത്തിലാണ് അമലുവിന്റെ വീട്.

അല്പസമയത്തിനുശേഷം സുനന്ദിനി തിരികെവന്ന് വൃദ്ധയെ അകത്തേക്കു ക്ഷണിച്ചു.

"വല്യമ്മേ അകത്തേക്കു വരൂ ആഹാരം കഴിക്കാം." അവൾ സ്നേഹത്തോടെ പറഞ്ഞു. വൃദ്ധ തന്റെ ഭാണ്ഡക്കെട്ടും വടിയും ഉമ്മറത്തിന്റെ ഒരു മൂലയിലേക്ക് ഒതുക്കി വച്ച ശേഷം അവിടെനിന്നും പതുക്കെ എഴുന്നേറ്റു. സുനന്ദിനി അവരെ കൈ പിടിച്ച് അകത്തേക്കു കൂട്ടിക്കൊണ്ടു പോയി. ഒരു ചെറിയ മുറിയിലേക്കായിരുന്നു അവർ കടന്നു ചെന്നത്. നല്ല വൃത്തിയും വെടിപ്പും ഭംഗിയുമുണ്ടായിരുന്നു ആ മുറിക്ക്. അവരെ തറയിൽ വിരിച്ചിട്ടിരുന്ന പായയിൽ ഇരുത്തിയിട്ട് സുനന്ദിനി അകത്തേക്കു പോയി. ഒരു വലിയ പ്ലേറ്റിൽ കഴിക്കുവാനുള്ള ആഹാരവും കുടിക്കുവാൻ ചെറിയൊരു മൊന്തയിൽ പാലുമായി അവൾ തിരികെ വന്നു. അവൾ ആ പ്ലേറ്റ് വൃദ്ധക്കരികിൽ വച്ചു കൊടുത്തു. വൃദ്ധ ആഹാരത്തിലേക്കും സുനന്ദിനിയുടെ മുഖത്തേക്കും മാറി മാറി നോക്കി. പുഞ്ചിരിക്കുന്ന മുഖവുമായി നില്ക്കുന്ന സുനന്ദിനിയെ നോക്കി ചിരിച്ച ശേഷം വൃദ്ധ ആഹാരം കഴിച്ചു തുടങ്ങി. ആഹാരത്തിനുശേഷം വൃദ്ധ തന്റെ ഭാണ്ഡകെട്ടും ചുമലിലെടുത്ത് പോകാനായി ഇറങ്ങി.

ആഹാരം കഴിച്ചിടത്ത് വൃദ്ധയെ കാണാതെ സുനന്ദിനി വേഗം വെളിയിലേക്കിറങ്ങി വന്നു. പോകാൻ തയ്യാറായി നില്ക്കുന്ന വൃദ്ധയെ കണ്ട് അവരുടെ അടുത്തേക്ക് അവൾ ഓടി വന്നു;

"വല്യമ്മേ... ഒന്നു നില്ക്കണേ..."

ശബ്ദം കേട്ട് വൃദ്ധ തിരിഞ്ഞു നോക്കി.

"വല്യമ്മ പോകുന്നതിനു മുൻപായി എന്റെ മകൾക്ക് അനുഗ്രഹം നല്കുവാൻ ദയവുണ്ടാകണം..."

കൈകൾ കൂപ്പിക്കൊണ്ട് സുനന്ദിനി പറഞ്ഞു. വൃദ്ധ സംശയത്തോടെ സുനന്ദിനിയെ നോക്കി,

"മകളോ..? എവിടെ..? എന്താ ഇവിടെ വിശേഷം...? നിന്റെ മകളെവിടെ..?"

വൃദ്ധ ചോദിച്ചു. സുനന്ദിനി സന്തോഷത്തോടെ അകത്തേക്കു നോക്കി വിളിച്ചു.

"മോളേ... ശിവാനീ..."

അല്പ സമയത്തിനുശേഷം വാതിൽ മറച്ചിട്ടിരുന്ന തിരശ്ശീല നീക്കി ശിവാനി പുറത്തേക്കു വന്നു. വളരെ സുന്ദരിയായിരുന്നു ശിവാനി. അവളെ കണ്ടപ്പോൾ വൃദ്ധയുടെ മനസ്സിൽ അഴകാർന്ന ഒരു ചിത്രശലഭം പാറി നടന്നു. പതിനാലോ പതിനഞ്ചോ വയസ്സു മാത്രം പ്രായമുള്ള സുന്ദരിയായൊരു പെൺകുട്ടിയായിരുന്നു ശിവാനി. കുട്ടിത്തം വിട്ടു മാറാത്ത അവളുടെ മുഖത്ത് കൗതുകം നിഴലിച്ചു നിന്നു. അവളുടെ മനോഹരങ്ങളായ നീല നയനങ്ങൾ തുരുതുരെ ചിമ്മിയടയുന്നു. നല്ല വസ്ത്രങ്ങളും ആഭരണങ്ങളും അവൾ അണിഞ്ഞിരിക്കുന്നു. അവൾ ആകാംക്ഷയോടെ വൃദ്ധയെ നോക്കി ശിവാനി സുനന്ദിനിയുടെ ചാരെ വന്നു നിന്നു.

"വല്യമ്മേ ഇതാണെന്റെ മൂത്തമകൾ ശിവാനി"

സുനന്ദിനി അവളെ ചേർത്തു പിടിച്ചുകൊണ്ട് പറഞ്ഞു.

"എന്റെ കൺമണിയാണിവൾ
ഇവളിന്ന് ദേവദാസിയാകുന്നു."

ശിവാനിയുടെ നെറുകയിൽ മുത്തമിട്ടുകൊണ്ട് സന്തോഷത്തോടെ സുനന്ദിനി പറഞ്ഞു.

"ഉച്ചുംഗി മലയിലെ ശ്രീ ദുർഗ്ഗയ്ക്ക് ദാസിയാകാൻ പോകുന്ന ഇവളെ വല്യമ്മ അനുഗ്രഹിക്കണം..."

ഒരു ഞെട്ടലോടെയാണ് വൃദ്ധയുടെ മുഖത്ത് ആ വാക്കുകൾ പ്രതിഫലിച്ചത്. ഏഴു സാഗരം അലയടിച്ചു വരുന്നതുപോലെ... വെള്ളിടി വെട്ടിയതു പോലെയാണ് വൃദ്ധ ആ വാക്കുകൾ ശ്രവിച്ചത്. വൃദ്ധ അവിശ്വസനീയതയോടെ സുനന്ദിനിയെയും ശിവാനിയെയും മാറിമാറി നോക്കി. വൃദ്ധയിലെ ഭാവമാറ്റം സുനന്ദിനിയിൽ ആകാംക്ഷയുളവാക്കി. അവൾ ശിവാനിയെ വൃദ്ധയുടെ മുൻപിലേക്ക് നീക്കി നിർത്തിക്കൊണ്ട് പറഞ്ഞു.

"വല്യമ്മേ ശിവാനിയെ അനുഗ്രഹിക്കൂ..."

ശിവാനി വൃദ്ധയെ നോക്കി വൃദ്ധയുടെ ചുക്കിച്ചുളിഞ്ഞ മുഖത്തെ മുഖഭാവം അവൾ കണ്ടു. ആ നരച്ച കണ്ണുകൾ നനയുന്നത് അവൾ അറിഞ്ഞു. വൃദ്ധ അവളുടെ താമരപ്പൂമുഖം കൈക്കുമ്പിളിലാക്കി. അവർ അവളുടെ കണ്ണുകളിലേക്കു നോക്കി ആ കണ്ണുകളിൽ തന്റെ പ്രതിരൂപ

മാണ് അവർ കണ്ടത്. ആ കാഴ്ച കണ്ണുനീരിനാൽ മങ്ങി. അവർ അവളുടെ നെറുകയിൽ ഒരു മുത്തം നല്കി. ശിവാനി പതുക്കെ വൃദ്ധയുടെ കൈകൾ വിടുവിച്ചു കുനിഞ്ഞ് അവരുടെ പാദങ്ങളിൽ തൊട്ടു. പെട്ടെന്ന് തന്റെ നെറുകയിൽ രണ്ടു തുള്ളി ജലം പതിച്ചത് ശിവാനി അറിഞ്ഞു. ശിവാനി എഴുന്നേറ്റ് വൃദ്ധയെ നോക്കി.

"അയ്യോ... അമ്മേ... അമ്മൂമ്മ കരയുന്നു."

ശിവാനി പരിഭ്രമത്തോടെ പറഞ്ഞു. സുനന്ദിനി അപ്പോഴാണ് അത് ശ്രദ്ധിക്കുന്നത്. വൃദ്ധയുടെ മിഴികൾ ധാരധാരയായി ഒഴുകുന്നു. സുനന്ദിനിയും പരിഭ്രമിച്ചു. അവൾ വൃദ്ധയുടെ ചാരെ ചെന്നു. സ്നേഹത്തോടെ ചുമലിൽ കൈവച്ചുകൊണ്ട് ചോദിച്ചു.

"വല്യമ്മ എന്തിനാ കരയുന്നത്? എന്തുപറ്റി?"

വൃദ്ധ തന്റെ വസ്ത്രത്തിന്റെ അറ്റത്താൽ കണ്ണീർ തുടച്ചു. സുനന്ദിനി വൃദ്ധയ്ക്കരികിൽ ഒരു ഇരിപ്പിടം സമീപത്തു കൊണ്ടുവച്ചു എന്നിട്ട്

"വല്യമ്മേ... ഇവിടെ ഇരിക്കൂ... അല്പം കഴിഞ്ഞിട്ടു പോകാം" എന്നു പറഞ്ഞു.

വൃദ്ധ ആ ഇരിപ്പിടത്തിൽ ഉപവിഷ്ടയായി. ശിവാനിയെ അവർ കണ്ണിമയ്ക്കാതെ നോക്കി. ശിവാനി അവരെയും. വൃദ്ധ അവളെ തന്റെ അരികിലേക്ക് കൈയാട്ടി വിളിച്ചു. ശിവാനി അവർക്കരികിലേക്കു ചെന്നു. ശിവാനിയുടെ പൂങ്കവിളിൽ അവർ തലോടി. അവളെ തന്നോടു ചേർത്തു നിർത്തി ഇടറിയ സ്വരത്തിൽ പറഞ്ഞു.

"ഇന്നത്തെ പൗർണ്ണമി കഴിഞ്ഞാൽ പിന്നീട് എന്നും നിന്റെ ജീവിതത്തിൽ അമാവാസിയാണു മകളേ.."

ശിവാനിക്ക് ഒന്നും മനസ്സിലായില്ല. അവൾ വൃദ്ധയെ കൗതുകത്തോടെ നോക്കി നിന്നു.

മൂന്ന്

വാതിലിൽ ഒരു വശം ചാരിനിന്ന് വൃദ്ധയെ ശ്രവിച്ചുകൊണ്ടിരുന്ന സുനന്ദിനിയെ നോക്കി വൃദ്ധ ചോദിച്ചു.

"നിനക്കറിയാമോ അത്...?"

സുനന്ദിനി ഇല്ലായെന്ന് തലയാട്ടി...

ങും... വൃദ്ധ നീട്ടി മൂളി

"അറിയില്ല... കാരണം നീ ദേവദാസിയായവളല്ല...

ഒരു ദേവദാസിയായി ജീവിച്ചവൾക്കു മാത്രമേ അതിന്റെ സുഖദുഃഖങ്ങൾ അറിയാൻ സാധിക്കൂ..."

വൃദ്ധ ആക്രോശിച്ചു.

"ഇവളുടെ ജീവിതം ബലി കൊടുക്കുമ്പോൾ നിനക്ക് കിട്ടുന്നത് സൗഭാഗ്യങ്ങളാണ്. നിന്റെ കുടുംബം രക്ഷപ്പെടും." വൃദ്ധ കിതച്ചു. വൃദ്ധയുടെ ഭാവമാറ്റം സുനന്ദിനിയെ അമ്പരപ്പിച്ചു. അവർ പറയുന്നതൊന്നും അവൾക്ക് മനസ്സിലായില്ല. വൃദ്ധ വീണ്ടും തുടർന്നു.

"ഇവൾ ഇന്നുവരെ മാത്രമേ ജീവിക്കുന്നുള്ളൂ..

നാളെ മുതൽ ഇവൾ പലരുടെയും കൈയിലെ കളിപ്പാവയാണ്..."

വൃദ്ധയുടെ കണ്ണുകൾ നിറഞ്ഞു തുളുമ്പി. അവർ ഇരിപ്പിടത്തിൽ നിന്നെഴുന്നേറ്റ് സുനന്ദിനിക്കരികിലേക്കു ചെന്നു. സുനന്ദിനിയുടെ കണ്ണുകളിലേക്ക് അവർ സൂക്ഷിച്ചു നോക്കി. സുനന്ദിനി പകച്ച് പിന്നിലേക്കു മാറി. എന്നാൽ അവളുടെ ശരീരം ഭിത്തിയിൽ തട്ടി നിന്നു. വൃദ്ധയിലെ ഭാവമാറ്റം അവളിൽ ഭീതിയുളവാക്കി. വൃദ്ധ ദൃഢസ്വരത്തിൽ പറഞ്ഞു.

"നിന്റെ പൊന്നുമകളെ നീ സ്നേഹിക്കുകയാണെങ്കിൽ അവൾ നിന്റെ കൺമണിയാണെങ്കിൽ നീ ഒരിക്കലും ഈ ക്രൂരതയ്ക്ക് അനുവാദം നല്കരുത്. കാരണം നീ അവളുടെ അമ്മയാണ്..."

വൃദ്ധ കിതച്ചു. അവർ തളർന്ന് ഇരിപ്പിടത്തിൽ ഇരുന്നു. സുനന്ദിനി ഭീതിയോടെ അവരെ നോക്കി. എന്താണ് അവർ പറയുന്നതെന്ന് അവൾക്ക് പൂർണ്ണമായി ഗ്രഹിക്കാനായില്ല. അവൾ ചുറ്റും നോക്കി. ചുറ്റുപാടും നിന്ന വർ തങ്ങളെ ശ്രദ്ധിക്കുന്നു. അവർ അടുത്തേക്ക് വന്നു. അടുത്തെത്തിയ വർ ഓരോരുത്തരും സുനന്ദിനിയേയും വൃദ്ധയേയും മാറി മാറി നോക്കി. കിതപ്പോടെ വൃദ്ധ അവിടെ ഇരുന്നു.

"എന്താണ് സുനന്ദിനി..? എന്താണിവിടെ...?"

ഓടി വന്നവർ ചോദിച്ചു. സുനന്ദിനി ഒന്നും മിണ്ടിയില്ല. എന്തു പറ യണം എന്നവൾക്ക് അറിയില്ലായിരുന്നു. കൂട്ടത്തിൽനിന്ന് ഒരാൾ മുമ്പോട്ടു വന്നു. അത് അമലുവായിരുന്നു. അമലു സുനന്ദിനിയെയും വൃദ്ധയെയും സംശയത്തോടെ നോക്കി. എന്നിട്ട് സുനന്ദിനിയെ നോക്കി ചോദിച്ചു.

"എന്താ...? എന്താണിവിടെ..? സുനന്ദേ...? ആരാണിവർ...?

എന്താണിവർ പറയുന്നത്...?"

സുനന്ദിനി എന്തെങ്കിലും പറയും മുമ്പ് വൃദ്ധ അവളെ കൈയെ ടുത്തു തടഞ്ഞു. പെട്ടെന്ന് അമലു അവർക്കു നേരെ തിരിഞ്ഞു. വൃദ്ധയെ നോക്കി കോപത്തോടെ ചോദിച്ചു.

"നിങ്ങളാരാണ്..? എന്താണ് നിങ്ങൾക്കാവശ്യം...?"

വൃദ്ധ അമലുവിന്റെ സമീപത്തേക്ക് നടന്നടുത്തു. അവരുടെ ദൃഷ്ടി അമലുവിന്റെ കണ്ണുകളിലായിരുന്നു. അമലുവിന്റെ സമീപത്തേക്ക് അവർ ചെന്നു നിന്നു. അമലു വൃദ്ധയുടെ മുഖഭാവം ശ്രദ്ധിച്ചു. മുഖത്ത് വന്യത നിറഞ്ഞു നില്ക്കുന്നു. ഒരു നിമിഷം അവർ ആക്രമിച്ചേക്കുമോ എന്നു പോലും അമലു ഭയപ്പെട്ടു. വൃദ്ധ പതിഞ്ഞതും ദൃഢമായതുമായ സ്വര ത്തിൽ അമലുവിനോട് ചോദിച്ചു.

"ഈ കച്ചവടത്തിന്റെ ലാഭം നിനക്കെത്രയാണ്..." അവർ അയാൾക്കു നേരെ കൈചൂണ്ടിക്കൊണ്ട് തുടർന്നു.

"നീ... നീയാണ്... നിന്റെ വർഗ്ഗമാണ് ഓരോ പെണ്ണിന്റെയും ദുരവ സ്ഥയ്ക്കു കാരണം. അച്ഛാന്നു വിളിച്ച് ഇന്നുവരെ നിന്റെ പിറകെ നടന്ന ഈ കുഞ്ഞ് നാളെ മുതൽ നിന്നെക്കാളും പ്രായമുള്ള ആൾക്കാരോ ടൊപ്പം പോലും..."

അവർ മുഴുമിപ്പിച്ചില്ല... വൃദ്ധയുടെ കണ്ണുകളിൽനിന്നും കണ്ണുനീർ ധാരധാരയായി ഒഴുകി.

ഇതു കേട്ടതും അമലുവിനു ദേഷ്യം വന്നു. അയാൾ വൃദ്ധയെ ഒരു നിമിഷം നോക്കിയിട്ട് ഭാര്യക്കു നേരെ തിരിഞ്ഞു. അയാൾ തന്റെ ഭാര്യ യോട് പറഞ്ഞു.

"സുനന്ദേ... ആരാ ഇവർ...? എന്തിനാണിവിടെ ഇവർ വന്നത്...? ഇവരെ ഇവിടെനിന്നും പുറത്താക്കൂ.. അല്ലെങ്കിൽ ഞാനത് ചെയ്യും..."

സുനന്ദിനി നിസ്സഹായതയോടെ നിന്നു. അവൾ എന്തോ പറയാൻ ഭാവിച്ചതും വൃദ്ധ വീണ്ടും കൈയെടുത്തു അവളെ തടഞ്ഞു എന്നിട്ട് ശൂന്യതയിലേക്കു നോക്കി ദൃഢസ്വരത്തിൽ അവർ പറഞ്ഞു.

“എന്നെ ആരും പുറത്താക്കണ്ട... ഞാൻ ഇവിടെനിന്നും പോകേണ്ടവളാണെന്ന് എനിക്കറിയാം. പക്ഷേ, എനിക്ക് പറയാനുള്ളത് പറഞ്ഞിട്ടേ ഞാൻ പോകൂ.. അതിനെ തടയാൻ ആരും ശ്രമിക്കണ്ട..”

ശേഷം അവർ മുറ്റത്തു കിടന്ന ഇരിപ്പിടത്തിൽ പോയിരുന്നു. അമലുവിന് നന്നായി ദേഷ്യം വന്നു. അയാൾ തന്റെ മുഷ്ടി ചുരുട്ടി. എന്തു ചെയ്യണം എന്നറിയാതെ കുഴങ്ങി. അപ്പോൾ അമലുവിന്റെ ഒരു സ്നേഹിതൻ അയാളെ വന്ന് അനുനയിപ്പിച്ച് അവിടെനിന്നും കൂട്ടിക്കൊണ്ടുപോയി. അവിടെനിന്ന് പോകുമ്പോൾ അയാൾ ഇടയ്ക്കിടെ വൃദ്ധയെ തിരിഞ്ഞു നോക്കുന്നുണ്ടായിരുന്നു. ഈ രംഗം വീക്ഷിച്ച് സ്ത്രീകളും കുട്ടികളും അടക്കമുള്ളവർ സ്തബ്ധരായി നോക്കി നിന്നു.

വൃദ്ധ ഇരിപ്പിടത്തിൽ കണ്ണുകളടച്ച് ധ്യാനത്തിലെന്നപോലെ ഇരുന്നു. അവർ എന്തൊക്കെയോ പിറുപിറുക്കുന്നുണ്ടായിരുന്നു. ഏതോ ഓർമ്മകളിലേക്ക് അവർ ആണ്ടുപോയി. അവരുടെ നാവ് ചലിച്ചു തുടങ്ങി...

നാല്

ഒരു പഴയ ഗ്രാമം. നിറയെ കൃഷിയിടങ്ങളും വയലേലകളുംകൊണ്ട് ഭംഗിയാർന്ന, പരിഷ്കാരത്തിന്റേതായ യാതൊന്നും ഇല്ലാത്ത ഒരു ഗ്രാമം. നിഷ്കളങ്കരായ കുറേ പാവപ്പെട്ട കർഷകരായിരുന്നു ആ ഗ്രാമവാസികൾ. പട്ടിണിയും ദാരിദ്ര്യവും മാത്രം കൈമുതലായുള്ളവർ.

ആ ഗ്രാമത്തിലെ വളരെ ദരിദ്രനായ ഒരു കൃഷിക്കാരനായിരുന്നു ശാലൂക്യൻ. ശാലൂക്യനും അദ്ദേഹത്തിന്റെ ഭാര്യ ശകുന്തളയ്ക്കും ഏഴു മക്കളായിരുന്നു. അഞ്ചു പെണ്ണും രണ്ടാണും. ശാലൂക്യന് തന്റെ കുടുംബത്തെ നല്ല രീതിയിൽ നോക്കിക്കൊണ്ടു പോകണമെന്ന് ആഗ്രഹമുണ്ടായിരുന്നെങ്കിലും അയാൾക്കതിനു സാധിച്ചില്ല. കാരണം, എല്ലുമുറിയെ പണി ചെയ്താലും തന്റെ ജന്മിയായ കേശവപ്പെരുമാൾ കനിഞ്ഞെങ്കിൽ മാത്രമേ സുഭിക്ഷമായി കഴിയാൻ സാധിക്കുമായിരുന്നുള്ളൂ. ഈ ദാരിദ്ര്യത്തിലും തന്റെ അഞ്ചു പെൺമക്കളിൽ മൂത്തവളായ ഉത്തരയെ തന്റെ വീട്ടിൽനിന്നും അല്പം അകലെയുള്ള ക്ഷേത്രത്തിലെ നൃത്തമാളികയിൽ നൃത്തവും സംഗീതവും അഭ്യസിക്കുന്നതിനായി അയച്ചിരുന്നു. ഉത്തര ഒരു പഞ്ചവർണ്ണക്കിളിയെപ്പോലെ സുന്ദരി ആയിരുന്നു. ശാലൂക്യന്റെ മറ്റു കുട്ടികൾക്കാർക്കുംതന്നെ ഉത്തരയുടെ അത്ര സൗന്ദര്യം ഉണ്ടായിരുന്നില്ല. ഉത്തര നൃത്തത്തിലും സംഗീതത്തിലും വളരെ മിടുക്കും പ്രദർശിപ്പിച്ചു. ശാലൂക്യൻ തന്റെ മകളെയോർത്ത് അഭിമാനം കൊണ്ടു. അവളെ ഒരു ദേവദാസിയാക്കണമെന്ന് അയാൾ മോഹിച്ചു. അതിനുകാരണം മറ്റൊന്നുമായിരുന്നില്ല. ഉത്തര ദേവദാസിയായിക്കഴിഞ്ഞാൽ തന്റെ കുടുംബം അഭിവൃദ്ധി പ്രാപിക്കുമെന്നും തങ്ങൾ ഈ കഷ്ടപ്പാടിൽനിന്നും രക്ഷപ്പെടുമെന്നും അയാൾക്കറിയാമായിരുന്നു.

കാലങ്ങൾ പിന്നിടവേ ഒരുദിവസം അത് സംഭവിച്ചു ഉത്തര ഋതുമ

തിയായി. ശാലൂക്യനും കുടുംബവും വളരെയധികം സന്തോഷിച്ചു. ആ നാട്ടുനടപ്പനുസരിച്ച് ആ നാട്ടിലെ പ്രമാണിയും ശാലൂക്യന്റെ യജമാന നുമായിരുന്ന കേശവപ്പെരുമാളിനെ ഒരു ദൂതൻ വഴി ശാലൂക്യൻ ഈ വിവരം ധരിപ്പിച്ചു. ഈ വാർത്ത ശ്രവിക്കുമ്പോൾ പെരുമാൾ തന്നെ വിളി പ്പിക്കുമെന്നും തന്റെ ആഗ്രഹം അറിയിക്കുമ്പോൾ അദ്ദേഹം സന്തോഷി ക്കുകയും തനിക്ക് ധാരാളം സമ്മാനങ്ങൾ നല്കുകയും ചെയ്യുമെന്ന് അയാൾ ഉറച്ചു വിശ്വസിച്ചു. അയാളുടെ വിശ്വാസംപോലെ തന്നെ കാര്യ ങ്ങൾ നടന്നു. കേശവപ്പെരുമാൾ ശാലൂക്യനും ഉത്തരയ്ക്കുമായി ധാരാളം സമ്മാനങ്ങൾ നല്കി.

മാഘമാസത്തിലെ പൗർണ്ണമി അടുത്തു വരുന്നു. ശാലൂക്യന്റെ വീട്ടി ലിപ്പോൾ പഴയതുപോലെ ദാരിദ്ര്യമില്ല. കാരണം പെരുമാളിന്റെ കാരുണ്യം കൊണ്ട് അയാൾക്ക് നല്ലകാലം വന്നെത്തി. ഉത്തരയെ മാഘ പൗർണ്ണമി നാളിൽ ദേവദാസിയാക്കുവാൻ അവർ തീരുമാനിച്ചു.

അങ്ങനെ ആ ദിവസം വന്നെത്തി. മാഘമാസത്തിലെ പൗർണ്ണമി ദിവസം. ചന്ദ്രപ്രഭയാൽ കുളിച്ചു നില്ക്കുന്ന ഉച്ചുംഗിമല. മലയുടെ നെറു കയിൽ വിശാലമായി പരന്നു കിടക്കുന്ന ഉച്ചുംഗിയിലെ ശ്രീ ദുർഗ്ഗാ ക്ഷേത്രം. ക്ഷേത്രത്തിൽ ഒരു ഉത്സവത്തിന്റെ പ്രതീതി. ക്ഷേത്രത്തിനു ചുറ്റും സ്ത്രീകളും കുട്ടികളുമടക്കം ധാരാളം ആൾക്കാർ വന്നും പോയു മിരിക്കുന്നു. ധാരാളം കച്ചവടക്കാർ തമ്പടിച്ചിട്ടുണ്ട്. ക്ഷേത്രത്തിനു ള്ളിൽനിന്ന് വാദ്യഘോഷങ്ങളുടെ ശബ്ദം പുറത്തു കേൾക്കാം. ക്ഷേത്ര നടയിൽ നിരവധി കന്യകമാർ താലങ്ങളേന്തി അണിഞ്ഞൊരുങ്ങി നില്ക്കുന്നു.

ഈ രാത്രിയിൽ ക്ഷേത്രത്തിൽ വളരെ വിശിഷ്ടമായ ചടങ്ങ് നടക്കാൻ പോകുകയാണ്. ഋതുമതികളായ കന്യകകളെ ദേവദാസിയാക്കുന്ന ചടങ്ങ്. വൃദ്ധ തുടർന്നു. ആളുകൾ അവർക്കു ചുറ്റും വന്നിരിക്കാൻ തുടങ്ങി.

പണ്ട് രാജാക്കന്മാരുടെ കാലത്ത് വളരെ വിശിഷ്ടമായ സ്ഥാനമായി രുന്നു, ദേവദാസികൾക്ക്. ആളുകൾ അനുവാദത്തിനായി കാത്തുനിന്ന കാലം. രാജസഭകളിലും ക്ഷേത്രങ്ങളിലെ ബ്രാഹ്മണ സഭകളിലും നൃത്തവും സംഗീതവും അവതരിപ്പിക്കുവാൻ അധികാരം ഉള്ള കാലം. എന്തിനേറെ, രാജാവിനോടൊപ്പം സഭകളിൽ ഇരിക്കുന്നതിനും രാജ്യകാ ര്യങ്ങൾ ചർച്ച ചെയ്യുന്നതിനും മാത്രം അധികാരമുള്ള ഒരു കാലം ദേവ ദാസികൾക്കുണ്ടായിരുന്നു. എന്നാൽ ഇന്ന് ആ അവസ്ഥയൊക്കെ മാറി.

ഇന്നത്തെ രാജാക്കന്മാർ നാട്ടിലെ പ്രമാണിമാരാണ്. നാടിന്റെ പ്രതാപം കാത്തു സൂക്ഷിക്കുവാൻ ദേവദാസികൾക്ക് മുഖ്യപങ്കുണ്ട് എന്ന് പ്രമാണികൾ ശഠിക്കുന്ന കാലം. മാഘമാസപൗർണ്ണമിയിലെ വർണ്ണാഭ മായ ചടങ്ങു കഴിഞ്ഞാൽ തീരുന്നു ഇന്ന് ദേവദാസിയാകാൻ വിധിക്ക പ്പെട്ടവരുടെ സൗഭാഗ്യജീവിതം. പിന്നീടു ലഭിക്കുന്ന നിറംകെട്ട ജീവിതം ആടിത്തീർക്കുക എന്നതാണ് അവരുടെ വിധി. മറ്റുള്ളവർ ദേവദാസി എന്നു വിളിക്കുമ്പോൾ അഭിമാനം കൊള്ളുകയും പിന്നീട് വിശപ്പടക്കുവാൻ

പോലും ഇടപാടുകാരനെ തേടേണ്ടി വരുന്ന ശാപജന്മം. അതുമല്ലെങ്കിൽ നാട്ടിലെ പ്രമാണിമാരുടെ ഇംഗിതത്തിന് വഴങ്ങി ജീവിക്കേണ്ടിവരുന്ന ഗതികെട്ട ജീവിതം ഇതാണ് ഇന്ന് സമൂഹം ദേവദാസികൾക്ക് വച്ചു നീട്ടുന്നത്.

ഇതൊന്നും അറിയാത്ത പ്രായത്തിൽ ഉത്തരയും മാതാപിതാക്കൾക്കൊപ്പം ആ രാത്രി ക്ഷേത്രത്തിൽ എത്തിച്ചേർന്നു. അവളെ സംബന്ധിച്ചിടത്തോളം നിറമുള്ള വസ്ത്രങ്ങളും ആഭരണങ്ങളും അണിഞ്ഞ് ഒരു വർണ്ണത്തുമ്പിയെപ്പോലെ പാറി നടക്കാം. അതിനപ്പുറമുള്ള ഇരുളടഞ്ഞ ജീവിതത്തെക്കുറിച്ച് അവൾക്കൊന്നുംതന്നെ അറിയില്ല.

നേരം രാത്രി ആയിരിക്കുന്നു. ആകാശത്ത് പൂർണ്ണചന്ദ്രൻ പ്രഭ ചൊരിഞ്ഞു നില്ക്കുന്നു. ക്ഷേത്രത്തിനു ചുറ്റുമുള്ള പ്രദേശങ്ങളും. കുന്നിൻ ചരിവുകളും നിലാവൊളിവെളിച്ചത്തിൽ വളരെ മനോഹരമായി കാണപ്പെട്ടു.

ഉത്തര തന്റെ മാതാപിതാക്കൾക്കൊപ്പം ക്ഷേത്രത്തിലെ ആൽമരച്ചുവട്ടിൽ ഇരിക്കുകയായിരുന്നു. അവൾ തന്റെ ചുറ്റുപാടുമുള്ള കാഴ്ചകളിലേക്ക് കണ്ണോടിച്ചു. അവിടെ പലയിടത്തായി കുപ്പിവളക്കടകളും ചാന്തും പൊട്ടും സിന്ദൂരവും വില്ക്കുന്ന കടകളും പലതരം ബലൂണുകൾ വില്ക്കുന്ന കച്ചവടക്കാരും നിരന്നിരിക്കുന്നു. കൊതിപ്പിക്കുന്ന മണമൂറുന്ന പലഹാരക്കടകളും അവിടെ ഉണ്ടായിരുന്നു. ഉത്തര വിസ്മയത്തോടെ എല്ലാം നോക്കി കാണുകയായിരുന്നു. കാരണം, അവൾ ആദ്യമായാണ് ഇത്തരം ആഘോഷങ്ങളിൽ പങ്കെടുക്കുന്നത്. അവിടുത്തെ കാഴ്ചകളൊക്കെ അവളെ അതിശയിപ്പിച്ചു. അവൾ പലതും ശകുന്തളയെ വിളിച്ചു കാണിക്കുകയും സംശയങ്ങൾ ചോദിക്കുകയും ചെയ്തുകൊണ്ടിരുന്നു. ശകുന്തള ചിലതിനൊക്കെ മറുപടി പറയുകയും ചിലതിനൊക്കെ ശകാരിക്കുകയും ചെയ്തു. ഏറെ നേരം കഴിഞ്ഞപ്പോൾ ഉത്തരയ്ക്ക് ഉറക്കം തുടങ്ങി.

ഉത്തര അമ്മയുടെ മടിയിൽ തല ചായ്ച്ചു കിടന്നു. അവൾ പതുക്കെ ഉറക്കത്തിലേക്ക് ആണ്ടുപോയി. ശകുന്തള തന്റെ മകളെ തലോടിക്കൊണ്ടിരുന്നു. തന്റെ ഓമന മകൾ തന്റെ ജന്മത്തിന് അർത്ഥം തന്നവൾ. അവൾ ഇന്ന് തന്നെ വേർപിരിയുകയാണ്. നാളെ മുതൽ അവൾ ഒരു രാജ്ഞിയെപ്പോലെ ജീവിക്കും. അതോർക്കുമ്പോൾ സന്തോഷം ഉണ്ട്. എന്നാലും തന്റെ മകൾ വേർപിരിഞ്ഞു പോകുന്നത് തന്റെ പ്രാണൻ പറിഞ്ഞു പോകുന്നതിനു തുല്യമാണ്. ശകുന്തളയുടെ കണ്ണുകൾ നിറഞ്ഞൊഴുകി. അവൾ ചുറ്റും നോക്കി. അല്പം അകലത്തിലല്ലാതെ ഇരിക്കുന്ന ശാലൂക്യൻ കാണാതെ തന്റെ കണ്ണുകൾ സാരിത്തലപ്പാൽ ഒപ്പി.

ശാലൂക്യനും മറ്റൊന്നുമായിരുന്നില്ല ചിന്തിച്ചു കൊണ്ടിരുന്നത്. തന്നെ അച്ഛാന്ന് ആദ്യം വിളിച്ച തന്റെ പൊന്നുമകളാണ് ഉത്തര. തന്റെ മക്കളിൽ തനിക്ക് ഏറ്റവും പ്രിയപ്പെട്ടവൾ. എന്നിട്ടും ഒരച്ഛന്റെ കടമ അവളോടു പാലിക്കുവാൻ തനിക്കു കഴിഞ്ഞില്ല. അവളെ ഒരു ദേവദാസിയാ

ക്കാൻ ആഗ്രഹിച്ചു. തന്റെ ദാരിദ്ര്യവും കഷ്ടപ്പാടും തന്നെ അതിന് പ്രേരിപ്പിച്ചു. ഇന്ന് അവൾ തന്റെ രക്ഷകയായി. എന്നാൽ തന്റെ പൊന്നോമന ഇന്ന് തനിക്ക് നഷ്ടപ്പെടുകയാണ്. ഇനി അവളെ താനും ഒരു ദേവദാസിയായി മാത്രമേ കാണാൻ പാടുള്ളൂ. അയാൾ തിരിഞ്ഞ് ശകുന്തളയുടെ മടിയിൽ കിടന്നുറങ്ങുന്ന ഉത്തരയെ നോക്കി ഇരുന്നു. അയാളുടെ കണ്ണുകൾ നിറഞ്ഞൊഴുകി.

അപ്പോഴാണ് ആരോ "പൂജയ്ക്ക് സമയമായി എല്ലാവരും തയ്യാറാകുക" എന്ന് വിളിച്ചു പറയുന്നത് കേട്ടത്. പെട്ടെന്ന് പൂജയ്ക്കായി വന്ന ആളുകൾ എഴുന്നേറ്റു. അവിടെ തിക്കും തിരക്കും അനുഭവപ്പെട്ടു. ശാലൂക്യൻ ഇരുന്നിടത്തുനിന്ന് എഴുന്നേറ്റ് ശകുന്തളയുടെ അടുത്തേക്ക് വന്നു.

"ശകുന്തളേ... മോളേ വിളിച്ചുണർത്തൂ..

പൂജയ്ക്കായി സമയമായി..."

അയാൾ പറഞ്ഞു. ശകുന്തള പതിയെ വിളിച്ചു

"മോളേ... ഉത്തരേ..... എഴുന്നേല്ക്കൂ...

പൂജയ്ക്കു സമയമായി."

ഉത്തര ഉറക്കത്തിൽ ചിണുങ്ങി...

"ഇത്തിരിക്കൂടി ഉറങ്ങട്ടെ അമ്മേ..."

ശകുന്തള വീണ്ടും സ്നേഹത്തോടെ വിളിച്ചു.

"എഴുന്നേല്ക്ക് മോളേ... നോക്ക് നിന്റെ പ്രായത്തിലുള്ള കുട്ടികളൊക്കെ ദാ.. തയ്യാറാകാൻ പോകുന്നു..."

ഉത്തര കണ്ണു തുറന്നു നോക്കി അവൾക്ക് കാഴ്ചകൾ മങ്ങിത്തെളിഞ്ഞു. നിറയെ ആൾക്കൂട്ടം അവൾ ശകുന്തളയുടെ മടിയിൽനിന്നും എഴുന്നേറ്റു. ചുറ്റും നോക്കി. ശാലൂക്യൻ അവളെ പിടിച്ചെഴുന്നേല്പിച്ചു. ശകുന്തളയും എഴുന്നേറ്റു. ഉത്തരയ്ക്ക് കുളിച്ചിട്ട് അണിയാനും മറ്റുമുള്ള വസ്ത്രങ്ങൾ കരുതി വച്ചിരുന്ന ഭാണ്ഡക്കെട്ട് എടുത്തു.

ആ സമയത്ത് ആൾക്കൂട്ടത്തിനിടയിലേക്ക് ക്ഷേത്ര ജീവനക്കാരിൽ ഒരാൾ കടന്നു വന്നു. അയാൾ ആൽത്തറയിലേക്ക് കയറിയിട്ട് എല്ലാവരോടുമായി പറഞ്ഞു.

"എല്ലാവരും നിശ്ശബ്ദരാവുക... പൂജയ്ക്കായിവന്ന കന്യകമാരെ ക്ഷേത്രക്കുളത്തിൽ കുളിപ്പിച്ച് ശുദ്ധിവരുത്തി പുതുവസ്ത്രങ്ങളണിഞ്ഞ് ക്ഷേത്രത്തിലേക്ക് കൊണ്ടുവരാൻ തയ്യാറാക്കി നിർത്തുക..." എന്നിട്ട് ക്ഷേത്രത്തിലെ പടവുകൾ കയറിപ്പോയി.

ക്ഷേത്രം സ്ഥിതി ചെയ്യുന്ന ഉച്ചുംഗിമലയുടെ താഴ്വാരത്തിൽ വിശാലമായ ഒരു ക്ഷേത്രക്കുളം ഉണ്ട്. ആ കുളത്തിലെ ജലം പുണ്യതീർത്ഥമായിട്ടാണ് കരുതിപ്പോന്നത്. ആ കുളത്തിലേക്ക് ഇറങ്ങാനായി പടവുകൾ കെട്ടിയിട്ടുണ്ട്. ആളുകൾ കൂട്ടമായി ആ കുളം ലക്ഷ്യമാക്കി നടന്നു. സ്ത്രീകൾ പെൺകുട്ടികളുമായി ക്ഷേത്രക്കുളത്തിലേക്ക് നടന്നു. ആ കൂട്ടത്തിൽ ശകുന്തളയും ഉത്തരയും ഉണ്ടായിരുന്നു. അവർ കുളത്തിന്റെ പടവുകൾ ഇറങ്ങി. പൂർണ്ണ ചന്ദ്രപ്രഭയാൽ കുളത്തിലെ ജലം വെട്ടിത്തിള

ങ്ങുന്നുണ്ടായിരുന്നു. നല്ല കുളിരുള്ള രാത്രിയായിരുന്നു അത്. ശകുന്തള ആദ്യം വെള്ളത്തിലേക്കിറങ്ങി. ഉത്തര മടിച്ചു നിന്നു.

ശകുന്തള മകളെ നിർബ്ബന്ധിച്ച് വെള്ളത്തിലിറക്കി. അവളെ കുളിക്കുവാൻ സഹായിച്ചു. കുളിച്ചു കയറിയ ഉത്തര നന്നായി വിറയ്ക്കുന്നുണ്ടായിരുന്നു. ശകുന്തള അവളെ കൈയിൽ കരുതിയിരുന്ന പുതുവസ്ത്രങ്ങൾ ധരിപ്പിച്ചു. ആഭരണങ്ങൾ അണിയിച്ചു. പൊട്ടും ചാന്തും കൺമഷിയും ചാർത്തി. സുഗന്ധദ്രവ്യങ്ങൾ പൂശി അവളെ മനോഹരിയാക്കി. അവളെപ്പോലെ ധാരാളം കുട്ടികളും ഈ ചടങ്ങിലേക്കായി അണിഞ്ഞൊരുങ്ങി. ശകുന്തള തന്റെ മകളെ കണ്ണിമയ്ക്കാതെ നോക്കി. നെടുവീർപ്പിട്ടു. ഇനി തന്റെ മകളും ഈ പെൺകുട്ടികളും ദേവിക്ക് വിധിച്ചവരാണ്.

ദേവദാസി ചടങ്ങ് നടക്കാനുള്ള അവസാന ഒരുക്കങ്ങളും പൂർത്തിയായി. പെൺകുട്ടികളെ ക്ഷേത്രത്തിനകത്തേക്ക് ആനയിക്കാനുള്ള ചടങ്ങ് ആരംഭിക്കാറായി. കന്യകമാരെല്ലാം കൂട്ടമായി നിന്നു. ഉത്തര ആകാശത്തേക്കു നോക്കി. പൂർണ്ണചന്ദ്രൻ തന്നെ നോക്കി ചിരിക്കുന്നതായി അവൾക്ക് തോന്നി. അവളുടെ കണ്ണാടിക്കവിളുകളിൽ നിലാവൊളി വെട്ടത്താൽ തിളങ്ങി. ഉത്തരയ്ക്ക് താൻ ഒരു രാജകുമാരി ആണെന്ന് തോന്നി. തന്റെ പള പളാ മിന്നുന്ന വസ്ത്രങ്ങളും ആഭരണങ്ങളും തന്നെ രാജകുമാരിയാക്കി എന്നു തോന്നി. അവൾ തന്റെ ചുറ്റുമുള്ള മറ്റു കുട്ടികളെ നോക്കി. തന്നെക്കാൾ കേമമാണോ അവരുടെ ഉടുപ്പുകളും ആഭരണങ്ങളും എന്നതിലായിരുന്ന അവളുടെ ശ്രദ്ധ.

ഇല്ല തന്റേതാണ് കേമം അവൾ ഉറപ്പിച്ചു.

അപ്പോൾ ക്ഷേത്രത്തിൽനിന്നും വാദ്യമേളക്കാർ പടവുകൾ ഇറങ്ങി വന്നു. വാദ്യഘോഷങ്ങളോടെയാണ് കന്യകമാരെ ക്ഷേത്രത്തിനുള്ളിലേക്ക് കൊണ്ടുപോകുന്നത്. ശകുന്തളയും ശാലൂക്യനും തങ്ങളുടെ മകൾക്കൊപ്പം നിലയുറപ്പിച്ചു. മറ്റു കന്യകമാർക്കൊപ്പം അവരുടെ മാതാപിതാക്കന്മാരും ഉണ്ടായിരുന്നു. മേളത്തിന്റെ അകമ്പടിയോടെ കന്യകമാർ മാതാപിതാക്കൾക്കൊപ്പം ക്ഷേത്രത്തിലേക്ക് പ്രവേശിച്ചു. ക്ഷേത്രഗോപുരവാതിൽ അടഞ്ഞു.

അഞ്ച്

ഉത്തര ക്ഷേത്രത്തിന്റെ ഉൾവശം ശ്രദ്ധിച്ചു. ചുറ്റും ചിരാതുകളിൽ ദിപം തെളിച്ചു വച്ചിരിക്കുന്നു. പൂമാലകളാൽ അലങ്കരിച്ച അവിടെ ധൂപത്തിന്റെയും പൂവുകളുടെയും സുഗന്ധം തങ്ങി നില്ക്കുന്നു. ഉത്തര ശ്രീകോവലിനുള്ളിലേക്ക് നോക്കി കൈകൂപ്പി. ശ്രീദുർഗ്ഗയെ അവൾ ഇമവെട്ടാതെ നോക്കി. ദേവീ വിഗ്രഹം അതീവ ശോഭയോടെ വിളങ്ങി നില്ക്കുന്നു. ചുവന്ന പട്ടുചേല ചുറ്റി ആഭരണങ്ങളും അണിഞ്ഞ് അതിസുന്ദരിയായി ശ്രീദുർഗ്ഗ കാണപ്പെട്ടു. വിഗ്രഹത്തിന്റെ വൈര മൂക്കുത്തി പ്രഭ ഉത്തരയുടെ മുഖത്ത് മിന്നി മറഞ്ഞു. ശകുന്തളയുടെ നിർദ്ദേശപ്രകാരം അവർ കണ്ണുകളടച്ച് കൈകൾ കൂപ്പി പ്രാർത്ഥിച്ചു.

ക്ഷേത്രത്തിനുള്ളിൽ ദേവദാസി പൂജയ്ക്കായി ഒരു പ്രത്യേക സ്ഥലം തന്നെ നിയോഗിച്ചിരുന്നു. അവിടെ എല്ലാവർക്കും പ്രവേശനം സാദ്ധ്യമല്ല. കന്യകമാർക്കൊപ്പം മാതാപിതാക്കന്മാർക്കും, ക്ഷേത്ര പുരോഹിതന്മാർക്കും, പ്രമാണിമാർക്കും, ക്ഷേത്രത്തിലെ ജോലിക്കാർക്കും, ഭാരവാഹികൾക്കും മാത്രമായിരുന്നു പ്രവേശനം ഉള്ളത്. എല്ലാവരും ആ സ്ഥലത്തേക്കു നടന്നു. പ്രമാണിമാർ അവർക്കായി ഒരുക്കിയിട്ടുള്ള ഇരിപ്പിടങ്ങളിൽ ഉപവിഷ്ടരായി. പൂജാരിമാർ പൂജ തുടങ്ങാനുള്ള ഒരുക്കങ്ങൾ നടത്തുന്നു. സമയം പുലർച്ചെ ഒരു മണിയോടടുത്തു.

കന്യകമാരെ വിവസ്ത്രരാക്കി അവർക്കായി പൂജാസ്ഥലത്ത് വച്ചിട്ടുള്ള തളികയിൽ ഇരുത്തുവാൻ പൂജാരിമാർ മാതാപിതാക്കളോട് ആവശ്യപ്പെട്ടു. ഇത് ശ്രവിച്ചതും പല പിതാക്കന്മാരും മുഖം തിരിച്ചു നിന്നു. ചിലർ തങ്ങളുടെ ദുരവസ്ഥയിൽ മനംനൊന്ത് അവിടെനിന്നും മാറിയിരുന്നു.

അമ്മമാരുടെ അവസ്ഥയും മറ്റൊന്നായിരുന്നില്ല. തങ്ങളുടെ

പെൺമക്കളെ വിവസ്ത്രരാക്കി മറ്റൊരാളുടെ മുൻപിൽ ഇരുത്തുക... അവർക്കത് ചിന്തിക്കാൻ പോലും കഴിയുമായിരുന്നില്ല. അങ്ങനെ അവർ വിഷണ്ണരായി നില്ക്കുമ്പോൾ പൂജാരിമാരിൽ ഒരാൾ എല്ലാവരും കേൾക്കെ പരുഷ സ്വരത്തിൽ പറഞ്ഞു.

"ഹേ... പറഞ്ഞതു കേട്ടില്ലേ.. പെട്ടെന്നാവട്ടെ...

സമയം വളരെയായി. ദേവീകോപം വരുത്തിവയ്ക്കണ്ട!"

ഇതു കേട്ടതും പ്രമാണിമാർ പരസ്പരം നോക്കി അർത്ഥഗർഭമായി പുഞ്ചിരിച്ചു.

ശാലൂക്യൻ ആ രംഗം കാണുവാൻ കഴിയാതെ അല്പം മാറി ഒരു തൂണിൽ ചാരിയിരുന്നു. ശകുന്തള ഉത്തരയെ വിവസ്ത്രയാക്കാൻ തുടങ്ങി. അവൾക്ക് നാണം വന്നു. നാണം വന്നതിനാൽ അവൾ ചിണുങ്ങിക്കൊണ്ട് ശകുന്തളയെ കൈയെടുത്തു തടഞ്ഞു. സ്നേഹപൂർവ്വമുള്ള ശകുന്തളയുടെ നിർബ്ബന്ധവും ദേവീകോപം ലഭിക്കുമെന്നുള്ള ഭയവുംമൂലം ഉത്തര അമ്മ പറഞ്ഞത് അനുസരിച്ചു. അതേപോലെ മറ്റു കന്യകമാരും. അവർ ഓരോരുത്തരും ഓരോ തളികയിൽ ഇരുന്നു.

ഏതാണ്ട് രണ്ടു മണിയോടെ പൂജാ ചടങ്ങുകൾ ആരംഭിച്ചു. പുലർച്ചെ നാലു മണി വരെയാണ് ചടങ്ങുകൾ. ചടങ്ങുകൾ കാണാൻ പുറത്തുനിന്ന് ആർക്കും സാദ്ധ്യമല്ല. അങ്ങനെ ആരെങ്കിലും ശ്രമിച്ചാൽ അവരുടെ നേത്രങ്ങൾ ദേവീകോപത്താൽ പൊട്ടിപ്പോകുമെന്നും ആളുകൾ വിശ്വസിച്ചിരുന്നു. പൂജാസമയം ഇഴഞ്ഞു നീങ്ങവേ പ്രമാണിമാരുടെയും മറ്റും കഴുകൻ കണ്ണുകൾ പെൺകുട്ടികളെ കൊത്തിവലിച്ചുകൊണ്ടിരുന്നു. നാലുമണിയോടെ പൂജാ ചടങ്ങുകൾ അവസാനിച്ചതായി പൂജാരി അറിയിച്ചു. പെൺകുട്ടികൾ തളികയിൽ നിന്നിറങ്ങി വസ്ത്രങ്ങൾ അണിഞ്ഞു. ഉത്തരയ്ക്ക് ലജ്ജകൊണ്ട് തന്റെ അമ്മയേയും അച്ഛനേയും നോക്കാനാവാതെ തലകുനിച്ചു. ശാലൂക്യന്റെ അവസ്ഥയും മറ്റൊന്നായിരുന്നില്ല. ശകുന്തളയും അതേ അവസ്ഥയിലായിരുന്നു. എങ്കിലും, അവൾ ഉത്തരയെ അണിയിച്ചൊരുക്കി. എല്ലാവരും പഴയതുപോലെ വീണ്ടും സുന്ദരികളായി അണിഞ്ഞൊരുങ്ങി.

ക്ഷേത്ര ജോലിക്കാരിൽ ഒരാൾ ഗോപുരവാതിൽ മലർക്കെ തുറന്നു. പെട്ടെന്ന് ആർപ്പുവിളികളോടെ ഒരു കൂട്ടം സ്ത്രീകൾ ക്ഷേത്രത്തിനകത്തേക്ക് പാഞ്ഞെത്തി. അവർ ഉച്ചത്തിൽ എന്തൊക്കെയോ വിളിച്ചു പറയുന്നുണ്ടായിരുന്നു. ഉത്തര ശബ്ദം കേട്ട ഭാഗത്തേക്ക് നോക്കി. ഓടി വന്ന സ്ത്രീകൾ പ്രതിഷ്ഠയുടെ പിന്നിൽ പൂജ നടത്തി. അവർ കൊണ്ടുവന്ന പൂക്കളും പഴങ്ങളും കോപത്തോടെ തറയിൽ ആഞ്ഞടിച്ചു. പ്രതിഷ്ഠയ്ക്കു നേരെ അവർ ആക്രോശങ്ങൾ ചൊരിഞ്ഞുകൊണ്ടിരുന്നു. അങ്ങനെയാണ് അവരുടെ പ്രാർത്ഥന. ഈ സ്ത്രീകളിൽ ഒട്ടുമുക്കാലും മുൻപ് ദേവദാസി ആയവരാണ്. അത് പ്രാർത്ഥനയാണോ...? അതോ അവരുടെ ആത്മനൊമ്പരത്തിന്റെ പ്രതിഷേധമോ...? എന്തു തന്നെയായാലും ഉത്തര ആ കാഴ്ചകളൊക്കെ കൗതുകത്തോടെ വീക്ഷിച്ചു. ആളുകൾ ക്ഷേത്രത്തിനു പുറ

ത്തേക്ക് ഇറങ്ങിത്തുടങ്ങി. ശകുന്തളയും ശാലൂക്യനും ഉത്തരയെ കൂട്ടി ഗോപുര വാതിൽ കടന്ന് പടവുകൾ ഇറങ്ങിത്തുടങ്ങി. ഓരോ പടവുകളും വലിയ ഗർത്തങ്ങളായി ശാലൂക്യനും ശകുന്തളയ്ക്കും അനുഭവപ്പെട്ടു. അരുതാത്തതെന്തോ തങ്ങളുടെ മകളോട് ചെയ്തപോലെ അവർക്ക് തോന്നിത്തുടങ്ങി. അവരുടെ നയനങ്ങൾ സജലങ്ങളായി. ഉത്തര ഇതൊന്നും അറിയാതെ പടവുകൾ ഓടിയിറങ്ങുകയായിരുന്നു. അവസാനത്തെ പടവിൽ നില്ക്കുമ്പോൾ അവളുടെ മുഖത്ത് അമ്പരപ്പു നിഴലിച്ചു.

തന്റെ ഒപ്പം പൂജയ്ക്കുണ്ടായിരുന്ന കുട്ടികളിൽ പലരും ഓരോ കാളവണ്ടിയിലും മറ്റുമായി യാത്രയാകുന്നു. അവൾ ഒരു നിമിഷം ആ കാഴ്ച നോക്കി നിന്നു. അവളുടെ മനസ്സിൽ എവിടെയോ വിഷാദത്തിന്റെ വിത്തുകൾ മുളപൊട്ടി. എന്തെന്നില്ലാത്ത ഒരു ഭയം അവളെ ബാധിച്ചു. അവൾ തിരിഞ്ഞു നോക്കി തന്റെ മാതാപിതാക്കൾ കുനിഞ്ഞ ശിരസ്സുമായി സാവധാനം പടവുകളിറങ്ങി വരുന്നു. താനും മറ്റു കുട്ടികളെപ്പോലെ തന്റെ മാതാപിതാക്കളെ വിട്ടുപോകേണ്ടി വരുമെന്നും അവൾക്കു തോന്നി. ശകുന്തള അടുത്തെത്തിയതും ഉത്തര കണ്ണുകളിലേക്ക് നോക്കി. അമ്മയുടെ കണ്ണുകൾ നിറഞ്ഞിരിക്കുന്നു.

"അമ്മേ... എന്തിനാ കരയുന്നത്...?"

ഉത്തര വ്യസനത്തോടെ ചോദിച്ചു.

"ഏയ് അമ്മ കരയുന്നില്ല... കണ്ണിലെന്തോ വീണതാ..." കൃത്രിമ ചിരിയോടെ ശകുന്തള അവളുടെ കവിളിൽ തലോടിക്കൊണ്ടു പറഞ്ഞു.

കിഴക്കു വെള്ള കീറിത്തുടങ്ങി. നേരം പരപരാ വെളുത്തു വരുന്നു. ക്ഷേത്രത്തിലെ ആൾത്തിരക്കൊക്കെ കുറഞ്ഞു. കച്ചവടക്കാർ കച്ചവടം മതിയാക്കി പോകുവാൻ തിരക്കു കൂട്ടുന്നു. ശകുന്തളയും ഉത്തരയും വീണ്ടും ആൽത്തറയിൽ വന്നിരുന്നു. ശാലൂക്യൻ ആരെയോ പ്രതീക്ഷിച്ച് അവർക്ക് സമീപം നിലകൊണ്ടു. ആ സമയം ശാലൂക്യന്റെ അടുത്തേക്ക് ഒരു മദ്ധ്യവയസ്കൻ നടന്നു വന്നു. അയാളെ കണ്ടതും ശാലൂക്യൻ ഓടിച്ചെന്ന് അയാളെ താണു തൊഴുതു. കാഴ്ചയിൽ വളരെ മാന്യനും സാധുവും എന്നു തോന്നിക്കുന്ന ഒരാളായിരുന്നു അത്. കേശവപ്പെരുമാളിന്റെ സന്തത സഹചാരിയും വിശ്വസ്ത ഭൃത്യനുമായിരുന്ന കൗശികനായിരുന്നു അത്. ദോത്തിയും വേഷ്ടിയും തലയിലൊരു കമ്പിളിത്തൊപ്പിയുമായിരുന്നു അയാളുടെ വേഷം.

കൗശികൻ അവരെ മൂവരേയും നോക്കി പുഞ്ചിരിച്ചു. ഉത്തരയെ അയാൾ നോക്കി. മാലാഖയെപ്പോൽ നിഷ്കളങ്കമായ മുഖമായിരുന്നു അയാൾ അവളിൽ കണ്ട പ്രത്യേകത. വിഷാദഛായയുള്ള നീല നയനങ്ങൾ. ഒരു നെടുവീർപ്പോടെ അയാൾ അവളിൽനിന്ന് നോട്ടം പിൻവലിച്ചു. അയാൾ ശാലൂക്യന്റെ മുഖത്തേക്കു നോക്കി. ആ മുഖത്ത് തങ്ങി നില്ക്കുന്ന കാർമേഘം അയാൾ കണ്ടു. എപ്പോൾ വേണമെങ്കിലും തകർത്തു. പെയ്യാൻ പാകത്തിൽ ഉരുണ്ടു കൂടി നില്ക്കുന്ന കാർമേഘം ആ ഭാവം കൗശികന്റെ കരളലിയിപ്പിച്ചു. എന്തുചെയ്യാൻ...! ദരിദ്രനായി

ജനിച്ചു പോകുന്ന ഓരോ പാവപ്പെട്ടവന്റെയും ഗതികേട്... ആ പിതാവിന്റെ ആത്മനൊമ്പരം ഏറെനേരം കണ്ടു നില്ക്കുവാൻ കൗശികന് ആവുമായിരുന്നില്ല. അതിനാൽ ഗൗരവം നടിച്ച് ശാലൂക്യനോട് ചോദിച്ചു.

"ശാലൂക്യാ... ചടങ്ങുകൾ ഒക്കെ കഴിഞ്ഞില്ലേ...?

യാത്ര തിരിക്കാമല്ലോ അല്ലേ...?"

"ഉവ്വ്... എല്ലാം തയ്യാറാണ്."

ശാലൂക്യൻ ഭവ്യതയോടെ പറഞ്ഞു.

"എങ്കിൽ മകളെ ആ വണ്ടിക്കരുകിലേക്ക് കൊണ്ടുവരൂ..."

അല്പം അകലെ കിടക്കുന്ന കാളവണ്ടി ചൂണ്ടിക്കാട്ടിക്കൊണ്ട് ശാലൂക്യനോട് കൗശികൻ പറഞ്ഞു.

കൗശികൻ ചൂണ്ടിയ സ്ഥലത്തേക്ക് ശാലൂക്യൻ നോക്കി. അധികം അകലത്തല്ലാത്ത ഒരു കാളവണ്ടി അയാൾ കണ്ടു. അപ്പോഴേക്കും കൗശികൻ നടന്നു നീങ്ങിയിരുന്നു. ഈ രംഗങ്ങൾ കണ്ടുകൊണ്ട് ശകുന്തളയും ഉത്തരയും ശാലൂക്യന്റെ സമീപത്തു തന്നെ ഉണ്ടായിരുന്നു. ശകുന്തളയ്ക്ക് തന്റെ മകൾ ഇപ്പോൾ നഷ്ടപ്പെടും എന്ന ചിന്ത അവളെ തളർത്തി. അവൾ ഉത്തരയെ മാറോടടക്കി വച്ചു. ഉത്തരയ്ക്കും കരച്ചിൽ വന്നു. തന്റെ മാതാപിതാക്കളെ തനിക്കിപ്പോൾ നഷ്ടപ്പെടുമോ എന്ന് അവൾ ഭയന്നു. അവൾ ശകുന്തളയെ ഇറുകെ പുണർന്നു നിന്നു. ആ രംഗം അയാളുടെ ചങ്കു തകർത്തു. എങ്കിലും ധൈര്യം സംഭരിച്ച് അയാൾ ശകുന്തളയോട് കാളവണ്ടി കിടക്കുന്ന സ്ഥലത്തേക്ക് കൈ ചൂണ്ടിക്കൊണ്ട് പറഞ്ഞു.

"ശകുന്തളേ.. നീ മകളെ ഇങ്ങനെ പുണർന്നു നിന്നാലെങ്ങനാ.. അവൾക്ക് യാത്രയാകേണ്ടതല്ലേ.. ഇപ്പോൾ തന്നെ വൈകി.. അവളെക്കൂട്ടിദാ.. അവിടേക്ക് നമുക്ക് പോകാം... വരൂ..."

എന്നിട്ട് അയാൾ മുൻപേ നടന്നു പിറകേ മകളെ തന്റെ ശരീരത്തോട് ചേർത്ത് ശകുന്തളയും. ശാലൂക്യന്റെ ദുഃഖം പെയ്തുകൊണ്ടിരുന്നു. അയാളുടെ കണ്ണുകൾ കരകവിഞ്ഞൊഴുകി. അത് ആരും കാണുന്നുണ്ടായിരുന്നില്ല. അങ്ങനെ അവർ കാളവണ്ടിക്കരികിലെത്തി.

ആറ്

കാളവണ്ടിക്കരികിലെത്തിയ ഉത്തരയെ ശകുന്തള യാത്ര അയയ്ക്കാൻ നേരം അവളുടെ നെറുകയിൽ ഉമ്മവച്ച് അവളുടെ നിഷ്കളങ്കത തുളുമ്പുന്ന മുഖം കൈക്കുമ്പിളിലെടുത്തുക്കൊണ്ട് ശകുന്തള പറഞ്ഞു.

"മോളേ നീ ഞങ്ങളെയോർത്ത് ദുഃഖിക്കരുത്...

പക്ഷേ, നിന്നെയോർത്ത് ദുഃഖിക്കാതിരിക്കാൻ ഞങ്ങൾക്കാവില്ല. മോള് സന്തോഷമായിരിക്കണം. നീ ഇപ്പോൾ ശ്രീ ദുർഗ്ഗയുടെ ദാസിയാണ്. നിനക്ക് നല്ലതേ വരൂ..."

ശകുന്തളയുടെ കണ്ണുകൾ നിറഞ്ഞൊഴുകിക്കൊണ്ടിരുന്നു. ഉത്തരയ്ക്ക് തന്റെ സങ്കടം ഇരട്ടിച്ചു. അവളും കരഞ്ഞു. ഈ രംഗം വീക്ഷിച്ച ശാലൂക്യന് ഹൃദയം നുറുങ്ങുന്ന വേദനയുണ്ടായി. എങ്കിലും അയാൾ ഗൗരവം നടിച്ചു.

"ശകുന്തളേ മോളേ വിഷമിക്കാതെ യാത്രയാക്കൂ..

അദ്ദേഹത്തിനു ബുദ്ധിമുട്ടുണ്ടാക്കാതെ, ഇപ്പോൾത്തന്നെ നേരം വൈകി."

ഇതു കേട്ടതും ശകുന്തള തന്റെ സാരിത്തലപ്പിനാൽ ഉത്തരയുടെ മുഖം തുടച്ചു. അവളെ ആശ്വസിപ്പിച്ചു.

"മോള് കരയരുത്... സന്തോഷമായിരിക്കണം. വണ്ടിയിലേക്ക് കയറൂ.."

കൗശികൻ ഈ രംഗങ്ങൾ ഇടം കണ്ണാൽ വീക്ഷിക്കുന്നുണ്ടായിരുന്നു. ഈ നാട്ടിലെ ഓരോ ദരിദ്രന്റെയും ഗതികേടാണിത്. താൻ എത്രനാളായി ഇതു കാണുന്നു. അയാൾ നെടുവീർപ്പിട്ടു.

ഉത്തര കാളവണ്ടിയിൽ കയറി. കൗശികൻ കാളവണ്ടിയിൽനിന്ന്

ഒരു പെട്ടിയെടുത്ത് ശാലൂക്യന്റെ കൈവശം കൊടുത്തു. ശാലൂക്യൻ അയാളെ താണുവണങ്ങി. ശേഷം കൗശികനും കാളവണ്ടിയിൽ കയറി. കാളകൾ നടന്നു തുടങ്ങി, വണ്ടി നീങ്ങിത്തുടങ്ങിയപ്പോൾ ഉത്തര പുറത്തേക്കു നോക്കി. തന്നെ നോക്കി വിതുമ്പി നില്ക്കുന്ന തന്റെ മാതാപിതാക്കൾ. ആ കാഴ്ച അവളെ വളരെയധികം നൊമ്പരപ്പെടുത്തി. അവളിൽനിന്ന് ഒരു നേർത്ത തേങ്ങൽ ഉയർന്നു. കൗശികൻ അതു ശ്രദ്ധിച്ചു. അയാൾ ആ വണ്ടിയുടെ വാതിൽ തിരശ്ശീലയാൽ മറച്ചു. ഉത്തരയ്ക്ക് കാഴ്ച മങ്ങി അവൾ കുനിഞ്ഞിരുന്ന് കരഞ്ഞു.

കൗശികൻ അവളെത്തന്നെ നോക്കി ഇരിക്കുകയായിരുന്നു. വളരെ മനോഹരിയായ തുമ്പപ്പൂവിന്റെ നൈർമ്മല്യമുള്ള പെൺകുട്ടി. തന്റെ മകൾ രുക്കുവിന്റെ അതേ പ്രായം. പക്ഷേ, അവളുടെ തുടർന്നുള്ള ജീവിതം ഓർത്തപ്പോൾ അയാൾ നെടുവീർപ്പിട്ടു.

തന്റെ ഓർമ്മ വച്ച കാലം മുതൽ ദേവദാസി പൂജയും ഈ യാത്രയും പതിവായിരുന്നു. പെരുമാൾ കുടുംബത്തിന്റെ അവകാശമായിരുന്നു ദേവദാസി ചടങ്ങ്. ഓരോ മാഘപൗർണ്ണമിയിലും ക്ഷേത്രത്തിൽ നടത്തുന്ന ദേവദാസി പൂജയിൽ നാട്ടിലെ ഒരു പെൺകുട്ടിയെങ്കിലും സർവ്വച്ചെലവും സഹിച്ച് ദേവദാസിയാകുന്നതിന് കുടുംബക്കാരെ സഹായിക്കും. ഇങ്ങനെ ദേവദാസി ആയി മാറുന്ന കന്യകമാരെ പാർപ്പിക്കുവാൻ ദാസിപ്പുര കെട്ടിയിട്ടുണ്ട്. വർഷങ്ങളായി ദേവദാസിയായി ദാസിപ്പുരയിൽ എത്തിയ ധാരാളം ദേവദാസികൾ അവിടെയുണ്ട്. പെരുമാൾ കുടുംബത്തിന്റെ അന്തസ്സിനും ഐശ്വര്യത്തിനും ഇതൊരു കാരണമാണെന്ന് പെരുമാൾ കുടുംബത്തിലുള്ളവർ കരുതിയിരുന്നു. ആദ്യകാലങ്ങളിൽ ഇങ്ങനെ എത്തിയിരുന്നവർ ക്ഷേത്രങ്ങളിലെയും കുടുംബത്തിലെയും വിശിഷ്ട ചടങ്ങുകളിൽ നൃത്തം ചെയ്യുന്നതിന് മാറിമാറി നിയോഗിക്കപ്പെട്ടവരായിരുന്നു. അതിനാൽ അന്നുള്ള ദേവദാസികൾക്ക് അത് അന്തസ്സിനും അഭിമാനത്തിനും കാരണമായിരുന്നു. ആളുകൾ 'ശ്രീ ദുർഗ്ഗയുടെ ദാസികൾ' എന്ന പരിഗണന നല്കിക്കൊണ്ട് ഭവ്യതയോടും ആദരവോടും മാത്രമേ അവരെ വീക്ഷിച്ചിരുന്നുള്ളൂ...

എന്നാൽ പോകെ പോകെ അവസ്ഥ മാറി പെരുമാൾ കുടുംബത്തിലെ ആണുങ്ങൾക്ക് കാമദാഹം തീർക്കുവാനുള്ള ഭോഗവസ്തുമാത്രമായി ദാസിപ്പുരയിലെ ദേവദാസികൾ. പുതിയതായി ഒരു ദേവദാസി ദാസിപ്പുരയിൽ എത്തിയാൽ ആ കന്യകയെ ദാസിയാക്കുന്നത് പെരുമാൾ കുടുംബത്തിലെ നിലവിലുള്ള കാരണവരായിരിക്കും. ശേഷം അയാൾ അനുവദിക്കുന്നതോടെ മറ്റുള്ളവരും... പുറത്തുള്ളവരും...

കൗശികൻ ഉത്തരയെ നോക്കി. അവൾ ദുഃഖിച്ചിരിക്കുന്നു. അവളെക്കുറിച്ചോർത്തപ്പോൾ അയാൾക്ക് ദുഃഖം തോന്നി. ഇവളേയും രക്ഷിക്കാൻ തനിക്കാവില്ല. കുറേ വർഷങ്ങളായി തന്റെ നിയോഗമാണ് കേശവപ്പെരുമാളിനുവേണ്ടി പുതിയ ദേവദാസികളെ ദാസിപ്പുരയിൽ എത്തിക്കുക

എന്നുള്ളത്. ഇന്നും താൻ അതു ചെയ്യുന്നു. മനസ്സുകൊണ്ട് താല്പര്യം ഇല്ലെങ്കിലും എതിർക്കാൻ തനിക്കാവില്ല.

ഇങ്ങനെ ഓരോന്നു ചന്തിച്ചിരിക്കവെ കൗശികൻ വാതിൽ മറച്ചിരുന്ന തിരശ്ശീല ഉയർത്തി പുറത്തേക്ക് നോക്കി. ദൂരം കുറെ പിന്നിട്ടിരിക്കുന്നു. വെയിൽ വെട്ടം വന്നിരിക്കുന്നു. അയാൾ ഉത്തരയെ നോക്കി. അവൾക്ക് ദാഹമോ വിശപ്പോ കാണില്ലേ...? അയാൾ ശങ്കിച്ചു സ്നേഹത്തോടെ അവളെ അയാൾ വിളിച്ചു.

"കുട്ടീ... നിനക്ക് ദാഹമോ വിശപ്പോ വല്ലതും തോന്നുന്നോ...?"

ഉത്തര മുഖമുയർത്തി നോക്കി. "ഇല്ല..." എന്ന അർത്ഥത്തിൽ തലയാട്ടി.

"എന്താ നിന്റെ പേര്...?"

പുഞ്ചിരിയോടെ കൗശികൻ ചോദിച്ചു.

"ഉത്തര..." അവൾ സാവധാനം പറഞ്ഞു.

കൗശികൻ വീണ്ടും അവളെ നോക്കി പറഞ്ഞു.

"എനിക്കും നിന്റെ പ്രായത്തിൽ ഒരു മകളുണ്ട്."

"രാക്കൂ എന്നാ അവളുടെ പേര്..."

അവൾ അയാളെ മുഖമുയർത്തി നോക്കി. അയാൾ അവളെ നോക്കി സ്നേഹത്തോടെ പുഞ്ചിരിച്ചു. ഇനി അവളോട് എന്തു പറയണം എന്നുപോലും കൗശികന് അറിയില്ലായിരുന്നു. അവൾക്കും അങ്ങനെ തന്നെയായിരുന്നു. അധികനേരം കഴിയുന്നതിനുമുമ്പ് ആ യാത്ര വലിയൊരു മാളികയ്ക്കു മുൻപിൽ അവസാനിച്ചു.

വളരെ മനോഹരമായ പുരാതനമായ ഒരു കെട്ടിടമായിരുന്നു അത്. അതിന്റെ മുറ്റം വളരെ വിശാലമായിരുന്നു. മുറ്റത്ത് നിരവധി ചെടികൾ നിറഞ്ഞ മനോഹരമായ ഒരു ഉദ്യാനം ഉണ്ടായിരുന്നു. ഉദ്യാനത്തിൽ ചാരു ബഞ്ചുകളും ഊഞ്ഞാലുകളും ഉണ്ടായിരുന്നു. ഉദ്യാനം പരിപാലിക്കുന്നത് അവിടുത്തെ ദേവദാസികൾ തന്നെയായിരുന്നു. ദാസിപ്പുരയ്ക്ക് വലിയ മതിൽക്കെട്ടും മുൻപിലായി കനത്ത ഒരു പടിപ്പുര വാതിലും ഉണ്ടായിരുന്നു. പുറത്ത് നിന്ന് പെരുമാളിന്റെ അനുവാദം കൂടാതെ ആർക്കും അവിടെ പ്രവേശനം സാദ്ധ്യമായിരുന്നില്ല. അതുപോലെതന്നെ അവിടെനിന്നും പുറത്ത് പോകുന്നതിനും ആർക്കും സാദ്ധ്യമല്ലായിരുന്നു. കാവലിന് പരിചാരകന്മാരായ തടിമിടുക്കുള്ള മല്ലന്മാരും ഉണ്ടായിരുന്നു. ആ ദാസിപ്പുരയുടെ പടിപ്പുര വാതിലിനു മുന്നിലാണ് ആ കാളവണ്ടി നിന്നത്.

കാളവണ്ടിയിൽനിന്ന് കൗശികൻ വെളിയിലിറങ്ങി. പടിപ്പുരയിൽ കെട്ടിയിട്ടിരുന്ന വലിയ ഒരു മണി ഉണ്ട്. അയാൾ ഇറങ്ങിച്ചെന്ന് ആ മണിയടിച്ചു. അല്പം കഴിഞ്ഞപ്പോൾ പടിപ്പുര വാതിൽ തുറന്നു. കാളവണ്ടി അകത്തേക്കു കയറി. കൗശികനും ഉള്ളിലേക്ക് നടന്നു. വാതിൽ തുറന്ന പരിചാരകനോട് കൗശികൻ എന്തോ പറഞ്ഞു. അയാൾ ഭവ്യതയോടെ തലകുനിച്ച് ആ മാളിക ലക്ഷ്യമാക്കി നടന്നു.

അയാൾ ആ മാളികയുടെ മുൻപിലുള്ള മണിയടിച്ചു. പെട്ടെന്ന് മാളി

കയുടെ വാതിൽ തുറന്നു. മദ്ധ്യവയസ്കയായ ഒരു ദേവദാസി ഇറങ്ങി വന്നു. ദേവദാസികളിൽ വളരെ സുന്ദരിയും കേശവപ്പെരുമാളിനു വളരെ താല്പര്യവും ഉള്ള മായമ്മ എന്ന സ്ത്രീ ആയിരുന്നു അത്.

അവരോട് ആ ഭൃത്യൻ എന്തോ അടക്കത്തിൽ പറഞ്ഞു. പെട്ടെന്ന് മായമ്മ അയാളോട് പൊയ്ക്കൊള്ളാൻ ആവശ്യപ്പെട്ടു. എന്നിട്ട് അകത്തേക്ക് പോയി.

അല്പസമയം കഴിഞ്ഞപ്പോൾ മറ്റ് രണ്ട് ദേവദാസികൾ കാളവണ്ടിക്കരികിലേക്ക് വന്നു. അവർ കൗശികനെ താണു തൊഴുതു. എന്നിട്ട് കാളവണ്ടിയുടെ തിരശ്ശീല മാറ്റി നോക്കി. അവർ ഉത്തരയെ കണ്ടു. അവരവളെ വിസ്മയത്തോടെ നോക്കി ചിരിച്ചു. ഉത്തര അവരെ കണ്ണിമയ്ക്കാതെ നോക്കിയിരിക്കുകയായിരുന്നു. നന്നായി അണിഞ്ഞൊരുങ്ങിയ അവരെ നോക്കി അവളും പുഞ്ചിരിച്ചു. വന്ന സ്ത്രീകൾ ദേവദാസികളായ "ശിവയും രാധയും" ആയിരുന്നു.

ശിവ ഉത്തരയെ നോക്കി കൈ നീട്ടിക്കൊണ്ട് പറഞ്ഞു.

"വരൂ... പതുക്കെ ഇറങ്ങണം..."

ശിവ അവളെ ഇറങ്ങാൻ സഹായിച്ചു. ഉത്തര വെളിയിലേക്കിറങ്ങി എന്നിട്ട് ചുറ്റും നോക്കി. താൻ ഏതോ വിസ്മയ ലോകത്തെത്തിയ പോലെ തോന്നി. അത്ര മനോഹരമായിരുന്നു ആ സ്ഥലം.

കൗശികന്റെ സംസാരം അവളെ കാഴ്ചയിൽ നിന്നു പിന്തിരിപ്പിച്ചു.

"രാധേ... ഞാൻ പോകുന്നു.

ഇവളെ അകത്തേക്ക് കൊണ്ടുപോകൂ.."

"മായയെക്കൊണ്ട് ഏല്പിക്കൂ..."

രാധയും ശിവയും തലകുനിച്ച് കൗശികനെ അനുസരിച്ചു. കൗശികൻ കാളവണ്ടിയിലേക്ക് കയറി. ഉത്തര അയാളെ തിരിഞ്ഞു നോക്കി. കൗശികൻ അവളെ നോക്കി പുഞ്ചിരിച്ചു. അവളും. കാളവണ്ടി ഗോപുര വാതിൽ കടന്ന് പുറത്തേക്ക് പോയി. വാതിൽ അടഞ്ഞു.

ശിവയോടും രാധയോടുമൊപ്പം മാളികയിലേക്കു നടന്ന ഉത്തരയോട് ശിവ ചോദിച്ചു.

"എന്താ നിന്റെ പേര്...?"

കരിക്കൂവള മിഴികളുയർത്തി ശിവയെ നോക്കിക്കൊണ്ട് ഉത്തര പറഞ്ഞു.

"ഉത്തര"

"നല്ല പേര്... അല്ലേ ശിവേ..."

രാധ ശിവയെ നോക്കി പറഞ്ഞു. അപ്പോഴേക്കും അവർ മാളികയുടെ വാതിലിൽ എത്തി. അവിടെ ആരതിയുമായി മായമ്മ നില്പുണ്ടായിരുന്നു. അവർ അവളെ ആരതിയുഴിഞ്ഞ് അകത്തേക്ക് ആനയിച്ചു. വളരെ വിശാലമായ ഒരു മുറിയിലേക്കാണ് അവൾ കടന്നു ചെന്നത്.

ഉത്തര ആ മുറി ആകമാനം ഒന്നു നോക്കി. ആ മുറിയിൽ ധാരാളം ദേവദാസി സ്ത്രീകൾ അവളെ നോക്കി നില്പുണ്ടായിരുന്നു. പല പ്രായ

ത്തിലും വേഷത്തിലും ഉള്ളവർ. വളരെ മനോഹരമായിരുന്നു ആ മുറി. മായ അവളുടെ അടുത്തെത്തി. അവളെ ആകമാനം നോക്കി. അവളുടെ മുഖത്തെ കുട്ടിത്തം മായയ്ക്ക് വളരെ ഇഷ്ടപ്പെട്ടു. അവളുടെ മുഖം കൈക്കുമ്പിളിലാക്കി, കുസൃതി തുളുമ്പുന്ന അവളുടെ കണ്ണുകളിലേക്കു നോക്കി മായമ്മ ചോദിച്ചു.

"എന്താണ്... എന്താണ് ഈ സുന്ദരിക്കുട്ടിയുടെ പേര്...?"

ഉത്തര മായയുടെ കണ്ണുകളിൽ മാറി മാറി നോക്കി. തന്റെ അമ്മയുടെ വാത്സല്യവും സ്നേഹവും അവൾക്ക് ഒരുനിമിഷം തോന്നിപ്പോയി. അവൾ മായയുടെ കൈകളിൽ പിടിച്ചുകൊണ്ട് പറഞ്ഞു.

"ഉത്തര..."

"ങും... ഉത്തര വരൂ."

"നമുക്ക് നിനക്കായുള്ള മുറിയിലേക്ക് പോകാം.."

മായ അവളുടെ കൈ പിടിച്ച് മുകളിലെ നിലയിലുള്ള മുറിയിലേക്ക് പടവുകൾ കയറിപ്പോയി. ഈ കാഴ്ച കണ്ടു നിന്ന മറ്റ് ദേവദാസികളിൽ ചിലർ അർത്ഥഗർഭമായി ചിരിച്ചു. അവർ അവിടെനിന്നും പോയി. ശിവയും രാധയും പരസ്പരം നോക്കി പറഞ്ഞു.

"ങും... അക്കയ്ക്ക് പെണ്ണിനെ പിടിച്ച മട്ടാ...

തലേൽ കയറ്റി വയ്ക്കാതിരുന്നാൽ മതി.."

"അതേയതേ.."

അവരും അവിടെ നിന്ന് പിൻവാങ്ങി.

ഏഴ്

ഉത്തരയും മായയും പടികൾ കയറി കടന്നു ചെന്നത് വിശാലമായ ഒരു മുറിയിലേക്കായിരുന്നു. പുതിയതായി അവിടെ എത്തുന്ന ദേവദാസിക്കുള്ളതായിരുന്നു ആ മുറി. വരുന്ന ദിവസം മുതൽ ഒരു വർഷം ആ മുറി അവൾക്ക് ഉപയോഗിക്കാം. അതാണ് അവിടുത്തെ ചിട്ടവട്ടം.

മായമ്മയായിരുന്നു ആദ്യം മുറിയിലേക്കു കടന്നത്. പിന്നാലെ ഉത്തരയും അവൾ വിനയത്തോടെ മുറിയാകെ വീക്ഷിച്ചു. ചുവരിൽ നിലക്കണ്ണാടിയും വലിയ ജനാലകളും ഉള്ള മുറിയായിരുന്നു അത്. വലിയ പട്ടുമെത്ത വിരിച്ച കട്ടിലും, ആട്ടുകട്ടിലും, പഴങ്ങളും, പൂക്കളും കൊണ്ടലങ്കരിച്ച വലിയ ഒരു മേശയും അതിന് ചുറ്റും ഏതാനും വിലകൂടിയ കസേരകളും ഉണ്ടായിരുന്നു.

മായമ്മ അവളെ തിരിഞ്ഞു നോക്കി. ഉത്തരയുടെ കണ്ണുകൾ വിസ്മയത്താൽ വിടർന്നിരിക്കുന്നതു കണ്ട് അവർ പുഞ്ചിരിച്ചു.

"ഇനി നീ ഇവിടെ വിശ്രമിക്കൂ...
യാത്രാക്ഷീണം ഉണ്ടാവുമല്ലോ...
നിനക്കുള്ള ആഹാരം ഞാൻ
ശിവയുടെ കൈയിൽ കൊടുത്തുവിടാം..."
സുഖമായിരിക്കണം കേട്ടോ..."

അവളുടെ പൂങ്കവിളിൽ തലോടിക്കൊണ്ട് മായമ്മ പറഞ്ഞു. ഉത്തര പുഞ്ചിരിച്ചുകൊണ്ട് അവരെ നോക്കി തലയാട്ടി. മായ പുറത്തേക്കു പോയി.

ഉത്തര പട്ടുമെത്തയിൽ പോയിരുന്നു. അവൾ ആദ്യമായിട്ടായിരുന്നു അങ്ങനെ ഒരു കിടക്ക കാണുന്നത് തന്നെ. അവൾ കൗതുകത്തോടെ അതിൽ വിരലുകൾ ഓടിച്ചു. അവൾ അതിൽ കിടന്നു നോക്കി. നല്ല സുഖം തോന്നി. അല്പനേരം കിടന്നു എന്നിട്ട് എഴുന്നേറ്റ് ആട്ടുകട്ടിലിൽ പോയി

ഇരുന്നു. പതുക്കെ ആടി നോക്കി. അവൾക്ക് അതും ആദ്യാനുഭവം ആയിരുന്നു. അതുകഴിഞ്ഞ് ചുവരിലെ നിലക്കണ്ണാടിക്കു മുന്നിൽ പോയി നിന്നു. തന്റെ സൗന്ദര്യം അവൾ അതിൽ കണ്ടു. ചാഞ്ഞും ചരിഞ്ഞും. ചിരിച്ചു. അങ്ങനെ പല ഭാവങ്ങളിൽ നിന്നും അവൾ തന്റെ സൗന്ദര്യം ആസ്വദിച്ചു. ശേഷം അവൾ ജനാലയ്ക്കരികിലെത്തി. പുറത്തേക്കു നോക്കി നയനാനന്ദകരമായ കാഴ്ചകളായിരുന്നു അവളെ എതിരേറ്റത്.

കണ്ണെത്താ ദൂരം പരന്നു കിടക്കുന്ന ചോളപ്പാടങ്ങളും അവയ്ക്കു നടുവിലൂടെയുള്ള ചെമ്മൺപാതകളും. ആ പാതകളിൽ കൂടി ആളുകളും കാളവണ്ടികളും സഞ്ചരിക്കുന്ന കാഴ്ചയും എല്ലാം അവളെ ത്രസിപ്പിച്ചു. പെട്ടെന്ന് അവളുടെ മനോമുകുരത്തിലേക്ക് തന്റെ ഗ്രാമത്തെക്കുറിച്ചുള്ള ഓർമ്മകൾ എത്തിനോക്കാൻ തുടങ്ങി. തന്റെ മാതാപിതാക്കളുടെയും സഹോദരങ്ങളുടെയും ഓർമ്മ അവളെ വേദനിപ്പിച്ചു. അവളുടെ കണ്ണുകൾ നിറഞ്ഞൊഴുകി. "അവരിപ്പോൾ എവിടെയായിരിക്കും..?" "കുഞ്ഞി" തന്നെ കാണാതെ ഇപ്പോൾ കരയുന്നുണ്ടാവും. അവൾക്ക് എന്തിനും ഏതിനും താൻ തന്നെ വേണം. തന്റെ കുടുംബത്തിന്റെ അടുത്തേക്ക് ഓടിയെത്താൻ അവളുടെ ഇളം മനസ്സ് വൃഥാ വെമ്പൽ കൊണ്ടു.

ഉത്തര അങ്ങനെ ഓരോന്നു ചിന്തിച്ച് ദുഃഖിച്ച് നില്ക്കുമ്പോൾ അവളുടെ അടുത്തേക്ക് 'ശിവയും രാധയും' കടന്നു വന്നു. ശബ്ദം കേട്ട് അവൾ തിരിഞ്ഞു നോക്കി. അവരുടെ കൈയിൽ വലിയൊരു തളികയിൽ ഉത്തരയ്ക്കായുള്ള ആഹാരവും ഉണ്ടായിരുന്നു. ആ തളിക മേശമേൽ വച്ചതിനു ശേഷം ഉത്തരയെ വിളിച്ചു.

"ഉത്തരേ... വരൂ... ആഹാരം കഴിക്കൂ..."

മടിച്ചു നിന്ന ഉത്തരയെ അവർ വീണ്ടും നിർബ്ബന്ധിച്ചു. ഉത്തര സാവധാനം അവർക്കരികിലെത്തി. ആ തളികയിലേക്ക് അവൾ നോക്കി അതിൽ നിറയെ രുചിയൂറുന്ന മധുര പലഹാരങ്ങളും, പാലും മറ്റുമായിരുന്നു. അവൾ അതിൽ നോക്കിയശേഷം ശിവയേയും രാധയേയും മാറി മാറി നോക്കി.

"ഉത്തരേ നീ ആഹാരം കഴിച്ചിട്ടു വിശ്രമിക്കൂ. ഞങ്ങൾ പിന്നീടു വരാം."

ശിവ പറഞ്ഞു. ഉത്തര അവരെ നോക്കി തലയാട്ടി. ശിവയും രാധയും പുറത്തേക്കു പോയി. അവർ പോയതും ഉത്തര വീണ്ടും തളികയിലേക്കു നോക്കി. അവളുടെ കണ്ണു നിറഞ്ഞു. തന്റെ സഹോദരങ്ങളെ അവൾ ഓർമ്മിച്ചു. ഇത്തരം ആഹാരം അവർ കണ്ടിട്ടു പോലുമില്ല. അവരെ കാണണമെന്ന ആഗ്രഹത്താൽ അവളുടെ മനസ്സ് വിങ്ങി. കണ്ണുകൾ നിറഞ്ഞു. തന്റെ ഗ്രാമത്തിൽനിന്നും ഒരുപാടു ദൂരെയാണ് താൻ വന്നിരിക്കുന്നത്. ഇനി എന്നെങ്കിലും അവരെ തനിക്ക് കാണാനാവുമോ...? ഉത്തര തേങ്ങി. അവൾക്ക് ആഹാരം കഴിക്കാനേ തോന്നിയില്ല.

മുറിയുടെ വാതിൽ തുറക്കുന്നതു കേട്ട് ഉത്തര തിരിഞ്ഞുനോക്കി. നിറചിരിയോടെ മായമ്മ.

"ആഹാ... മോളിതുവരെ ഒന്നും കഴിച്ചില്ലേ...?"

സ്നേഹം തുളുമ്പുന്ന ഭാഷയിൽ മായമ്മ ചോദിച്ചു. ഉത്തര ഒന്നും മിണ്ടിയില്ല. ഉത്തരയുടെ സമീപം വന്നിരുന്ന മായമ്മ അവളെ തഴുകി ആശ്വസിപ്പിച്ചു.

"ഉത്തരേ... നിന്റെ സങ്കടം എനിക്കു മനസ്സിലാകും, കാരണം ഒരിക്കൽ ഞാനും ഇതേ പോലെ ഇവിടെ വന്നവളാ വീട്ടുകാരേയും നാട്ടുകാരേയും ഉപേക്ഷിച്ച്..."

മായയുടെ തൊണ്ടയിടറി. ഉത്തര അവരുടെ മുഖത്തേക്ക് നോക്കി നിന്നു... നിറഞ്ഞ കണ്ണുകൾ ഒപ്പി ചിരിച്ചുകൊണ്ട് മായമ്മ പറഞ്ഞു.

"ഇപ്പോൾ ഇതാണ് എന്റെ വീട്..."

എന്റെ മാത്രമല്ല നിന്റെയും ഇവിടെ പാർക്കുന്ന എല്ലാ ദേവദാസികളുടെയും... ഇനി നീ കരയരുത്. നിനക്ക് ഞാനുണ്ട്. നാം കരയാൻ പാടില്ല. മറ്റുള്ളവരെ സന്തോഷിപ്പിക്കേണ്ടവരാണ് നാം."

ഉത്തരയുടെ മുഖം കൈക്കുമ്പിളിലെടുത്തുകൊണ്ട് മായ ചോദിച്ചു.

"നിനക്ക് ഞാൻ പറയുന്നത് മനസ്സിലാകുന്നുണ്ടോ കുട്ടീ..?"

ഉത്തര ഉണ്ടെന്ന് തലയാട്ടി.

"ങും... വാ ഞാൻ ആഹാരം വാരിത്തരാം." മായമ്മ തളിക കൈയിലെടുത്തു പറഞ്ഞു.

ഉത്തര അതിശയത്തോടെ മായമ്മയെ നോക്കി. അവൾ സ്നേഹപൂർവ്വം ആഹാരം അവളുടെ വായിൽവച്ചുകൊടുത്തു. ഉത്തര അങ്ങനെ ആഹാരം കഴിച്ചു. അവൾക്ക് തന്റെ അമ്മയെ ഓർമ്മ വന്നു. മായമ്മയിൽ അവൾ തന്റെ അമ്മയെ ദർശിച്ചു. മായയ്ക്കും മറ്റൊന്നായിരുന്നില്ല ചിന്ത. തന്റെ നല്ല പ്രായത്തിൽ തനിക്കൊരു മകൾ ഉണ്ടായിരുന്നെങ്കിൽ ഇവളോളം കണ്ടേനെ. മാത്രമല്ല ആദ്യംതന്നെ ഇവളെ കണ്ടപ്പോൾ ഒരു മകളോടെന്നപോലെ വാത്സല്യം തോന്നിപ്പോയി. എങ്കിലും ഈ കുട്ടിക്ക് വരാൻ പോകുന്ന ദുർവ്വിധി ഓർത്ത് മായയുടെ ഹൃദയം തേങ്ങി.

ആഹാരം കഴിച്ച് ഉത്തരയോട് അല്പനേരം വിശ്രമിക്കാൻ ആവശ്യപ്പെട്ടിട്ട് മായ പുറത്തേക്കു പോയി.

ഉത്തര പട്ടുമെത്തയിലേക്ക് ചാഞ്ഞു. അവൾ ഉറങ്ങിപ്പോയി.

എട്ട്

ഉത്തരയുടെ ഗ്രാമം. ഗ്രാമീണഭംഗി കളിയാടുന്ന വളരെ സുന്ദരമായ ഒരു ഗ്രാമമായിരുന്നു അത്. ആ ഗ്രാമത്തിന്റെ നടുവിലായി ഒരു നാടിന്റെ ഐശ്വര്യമായി ഒരു ക്ഷേത്രം സ്ഥിതി ചെയ്യുന്നു. അതിനോടു ചേർന്ന് പെൺകുട്ടികൾക്ക് നൃത്തവും സംഗീതവും പഠിപ്പിക്കുന്നതിനായി ഒരു നൃത്തപ്പുരയുണ്ട്. അവിടെയാണ് ഉത്തര നൃത്തം അഭ്യസിച്ചിരുന്നത്. ആ ക്ഷേത്രത്തിൽ തന്നെ ആൺകുട്ടികൾക്ക് വേദപഠനവും ഉണ്ടായിരുന്നു.

ഉത്തര നൃത്തത്തിലും സംഗീതത്തിലും വളരെ മികവും പുലർത്തിയിരുന്നു. ഉത്തരയുടെ അഭാവത്തിൽ ആ നൃത്തപ്പുര മ്ലാനമായിരുന്നു. അവിടുത്തെ അദ്ധ്യാപകർക്ക് ഉത്തരയെ വളരെയധികം ഇഷ്ടമായിരുന്നു. അവളെ പുകഴ്ത്തിക്കൊണ്ട് മറ്റു കുട്ടികൾ കേൾക്കെ അവർ പറയുമായിരുന്നു. അദ്ധ്യാപികയുടെ അഭാവത്തിൽ കുട്ടികൾക്ക് പാഠം പറഞ്ഞു കൊടുക്കാനും മാത്രം കഴിവ് അവൾക്കുണ്ടായിരുന്നു. അവളുടെ അഭാവം ആ അദ്ധ്യാപികയെ വളരെയധികം വേദനിപ്പിച്ചു. എങ്കിലും അവർ മറ്റു കുട്ടികളെ നൃത്തം അഭ്യസിപ്പിക്കുന്നതിൽ ശ്രദ്ധിച്ചു.

നൃത്തപഠനം കഴിഞ്ഞ് കുട്ടികൾ പോകുന്ന വഴിയിൽ രണ്ടു കൗമാരക്കാർ ആരെയോ പ്രതീക്ഷിച്ചിട്ടെന്നപോലെ കാത്തു നിന്നു. കുട്ടികൾ എല്ലാവരുംതന്നെ അവരെ കടന്നുപോയി. ആ കൂട്ടത്തിൽ ഒരു മുഖം അവർ പരതി. പക്ഷേ, കണ്ടെത്താൻ കഴിഞ്ഞില്ല. ഇനി മറ്റാരോടെങ്കിലും തിരക്കാമെന്നു വച്ചാൽ അവൾ ആരാണെന്നോ അവളുടെ പേരെന്താണെന്നോ അറിയില്ല. ഈ കാത്തുനില്പ് തുടങ്ങിയിട്ട് രണ്ടുദിവസമായി. പക്ഷേ, എന്നും നിരാശയായിരുന്നു ഫലം. ആ കാത്തുനില്ക്കുന്ന ചെറുപ്പക്കാർ മറ്റാരുമായിരുന്നില്ല കേശവപ്പെരുമാളിന്റെ ഒരേയൊരു പുത്രൻ സുദേവനും... അവന്റെ ആത്മാർത്ഥ സുഹൃത്ത് ബലരാമനുമായിരുന്നു.

വേദപഠനം കഴിഞ്ഞ് വീട്ടിലേക്കു ചെല്ലാൻ പിതാവ് കാളവണ്ടി അയയ്ക്കും. ആ വണ്ടി വരുന്നതുവരെയാണ് ഈ കാത്തുനില്പ്. ആ കാളവണ്ടിയിലാണ് ബലരാമനും പോകുന്നത്. ഈ കാത്തിരിപ്പിന്റെ വിവരമെങ്ങാൻ അച്ഛനറിഞ്ഞാൽ... അച്ഛന്റെ കാതിൽ തന്നെപ്പറ്റി എന്തെങ്കിലും ദൂഷണം എത്തിയാൽ, എന്തിനും മടിക്കാത്തവനാണ് തന്റെ പിതാവെന്ന് സുദേവനറിയാം.

ഇതുവരെ ഒരു കൗതുകത്തിനായിരുന്നു താൻ ആ പെൺകുട്ടിയെ വീക്ഷിച്ചുകൊണ്ടിരുന്നത്. എന്നാൽ ഇപ്പോഴാണ് താൻ അറിയുന്നത് അറിയാതെ തന്റെ മനസ്സിലേക്കാണ് ആ വിഗ്രഹം കുടിയേറിയതെന്ന്. അവളെ കാണാഞ്ഞിട്ട് ഒരു നൊമ്പരം. തന്റെ ആത്മസുഹൃത്തിന്റെ മുഖത്തെ വ്യസനം ശ്രദ്ധിച്ച ബലരാമന് അതിന്റെ കാരണം മനസ്സിലായി. പക്ഷേ, സഹിക്കാതെ ആവില്ല. കാരണം അവൾക്ക് എന്താണ് സംഭവിച്ചതെന്ന് ബലരാമനും തിട്ടമുണ്ടായിരുന്നില്ല. തന്റെ ഊഹം ശരിയാണെങ്കിൽ കഴിഞ്ഞ മാഘപൗർണ്ണമിക്ക് അവൾ ദേവദാസി ആയിട്ടുണ്ട്. കാരണം നൃത്തമാളികയിൽ നൃത്തം അഭ്യസിക്കുന്ന കുട്ടികളിൽ അധികവും ദേവദാസി ആകാറാണ് പതിവ്.

അങ്ങനെ ഓരോന്ന് ചിന്തിച്ച് നില്ക്കവേ അവർക്ക് പോകാനുള്ള കാളവണ്ടി വന്നു. അവർ അതിൽ കയറി യാത്ര തിരിച്ചു.

ഒൻപത്

ചിരിയും അടക്കിപ്പിടിച്ചുള്ള സംസാരവും കേട്ടുകൊണ്ടാണ് ഉത്തര ഉണർന്നത്. മുറിയിൽ ശിവയും രാധയും. ഉത്തര കിടക്കയിൽ എഴുന്നേറ്റിരുന്നു. അവർ എന്തൊക്കെയോ അടക്കം പറഞ്ഞു ചിരിക്കുന്നു. ഉത്തര എഴുന്നേറ്റതുകണ്ട് അവർ അവൾക്കരികിലെത്തി. അവരുടെ കൈയിലെ തളികയിൽ മഞ്ഞളും പൂവും മറ്റെന്തൊക്കെയോ സുഗന്ധദ്രവ്യക്കൂട്ടുകളും ഉണ്ടായിരുന്നു. മുറിയിലാകെ മുല്ലപ്പൂവിന്റെയും റോസാപ്പൂവിന്റെയും ഗന്ധം. ഉത്തരയ്ക്ക് ഒന്നും മനസ്സിലായതേയില്ല. അവൾ ഇരുവരേയും മാറിമാറി നോക്കി. അപ്പോഴേക്കും മുറിയിലേക്ക് മായമ്മ കടന്നുവന്നു.

“ഉത്തരേ... നീ ഉറങ്ങിയോ... ക്ഷീണമൊക്കെ മാറിയില്ലേ മോളേ...?” ഉത്തരയെ നോക്കി ചിരിച്ചുകൊണ്ട് മായമ്മ തിരക്കി. ഉത്തര അതേയെന്ന് തലയാട്ടി. പക്ഷേ, അവൾക്ക് നന്നായി തലവേദനിക്കുന്നുണ്ടായിരുന്നു. ശിവയേയും രാധയേയും നോക്കി മായമ്മ പറഞ്ഞു.

“ഇനി നിങ്ങൾ പൊയ്ക്കോളൂ... എല്ലാം ഞാൻ നോക്കിക്കൊള്ളാം...”

ശിവയും രാധയും പരസ്പരം നോക്കിയശേഷം ആ മുറിവിട്ടു പോയി.

മായ ഉത്തരയ്ക്കരികിൽ ചെന്നിരുന്നു. അവളുടെ മുഖം പിടിച്ചുയർത്തി.

“എന്തുപറ്റി എന്റെ സുന്ദരിക്കുട്ടിക്ക്...?” മായയുടെ കൈകൾ വിടുവിച്ചുകൊണ്ട് ഉത്തര പറഞ്ഞു.

“നല്ല തലവേദന തോന്നുന്നു മായമ്മേ...”

“അതേയോ ഒന്നു കുളിച്ചു കഴിയുമ്പോൾ മാറും.” മായ പറഞ്ഞു. മേശമേൽ വച്ചിരിക്കുന്ന തളിക ചൂണ്ടിക്കാണിച്ചുകൊണ്ട് മായ തുടർന്നു.

“നിനക്ക് തേച്ചു കുളിക്കാനുള്ള മഞ്ഞളും സുഗന്ധദ്രവ്യങ്ങളും മറ്റുമാണിത്. ഇന്ന് നിന്നെ കാണാൻ പെരുമാൾ വരും...”

ഉത്തര ശ്രദ്ധിക്കാതെ ആ മുറിയോടു ചേർന്നുള്ള കുളിമുറിയിലേക്ക് കയറി. മായ അവളെ ശ്രദ്ധിച്ചു കൊണ്ടു നിന്നു. അല്പം കഴിഞ്ഞ് ഇറങ്ങി വന്ന ഉത്തര മായയോട് ചെവിയിൽ എന്തോ അടക്കം പറഞ്ഞു.

“ങും... സാരമില്ല പക്ഷേ, ഇനി നാലുദിവസം കഴിയാതെ ഈ മുറിയിൽ നിനക്ക് പ്രവേശനം ഇല്ല. ഈ അവസ്ഥയിൽ ഇവിടെ സ്ത്രീകൾ പാർക്കുന്ന മുറിയിൽ വേണം ഇനിയുള്ള നാല് ദിവസം നീ താമസിക്കാൻ”

ഇതും പറഞ്ഞ് മായ നെടുവീർപ്പിട്ടു. ഉത്തര നാലുദിവസത്തേക്കു രക്ഷപ്പെട്ടിരിക്കുന്നു. പെരുമാൾ ഇന്ന് ഇവളെ പ്രാപിക്കാൻ വരുമായിരുന്നു. തല്ക്കാലത്തേക്ക് അവൾക്ക് ഒരു രക്ഷ കിട്ടി. ദൂതൻ വഴി ഈ വിവരം അദ്ദേഹത്തെ അറിയിക്കണം. അവൾ ഉത്തരയെ കൂട്ടി വെളിയിലിറങ്ങി. വാതിൽ അടച്ചു. അവളെ മറ്റൊരു മുറിയിലാക്കി. വളരെ ഇടുങ്ങിയ ആ മുറിയിൽ അവൾക്കു വേണ്ട സഹായങ്ങൾ ചെയ്തു കൊടുക്കാൻ ശിവയേയും രാധയേയും ഏല്പിച്ചിട്ട് മായമ്മ പെരുമാളിനെ വിവരം അറിയിക്കുന്നതിന് ദൂതന്റെ പക്കലേക്കു പോയി.

പത്ത്

ധനാഢ്യനായ കേശപ്പെരുമാളിന്റെ വസതി. വളരെ വിശാലമായ കൊട്ടാര സദൃശമായ ഒരു ഗൃഹമായിരുന്നു അത്. വീടിനു ചുറ്റും വിശാലമായ മുറ്റവും, മുറ്റത്തിന്റെ പലഭാഗങ്ങളിലുമായി കാർഷിക വിഭവങ്ങൾ കൂട്ടിയിട്ടിരിക്കുന്നു. ആ വസതിക്കു മുൻപിലായി അതിന്റെ പ്രൗഢി വിളിച്ചോതുന്ന തരത്തിൽ ഒരു വലിയ പടിപ്പുരയും ഉണ്ടായിരുന്നു. നേരം ഏതാണ്ട് ഉച്ച തിരിഞ്ഞിരിക്കുന്നു. പടിപ്പുര കടന്ന് ഒരു ഭൃത്യൻ അവിടേക്കു വന്നു. മുറ്റത്ത് ഏതോ ജോലിയിൽ വ്യാപൃതനായിരുന്ന കൗശികൻ അയാളെ കണ്ടു. അയാൾ തിടുക്കത്തിൽ വന്നയാളുടെ അടുത്തേക്കു ചെന്നു. പരിഭ്രമം നിഴലിക്കും വിധത്തിൽ അയാളോടു ചോദിച്ചു.

"എന്താ ശീനൂ... എന്താ വിശേഷിച്ച്...?"

ശീനു ചുറ്റും നോക്കി. എന്നിട്ട് കൗശികനു മാത്രം കേൾക്കാവുന്ന വിധത്തിൽ ആ രഹസ്യം പറഞ്ഞു.

''ശരി നീ പൊയ്ക്കോളൂ ഞാൻ അദ്ദേഹത്തെ അറിയിച്ചു കൊള്ളാം..''

കൗശികൻ പറഞ്ഞു

ശീനു പടി കടന്നു പോകുന്നതും നോക്കി കൗശികൻ ഒരു നിമിഷം നിന്നു. അയാൾ ചിന്തിച്ചു. ആ കുട്ടി ഇന്ന് എന്തായാലും രക്ഷപ്പെട്ടു. ദൈവമേ... തന്റെ രാക്കുവിന്റെ അത്രയേ പ്രായമുള്ളൂ. എന്തോ അവളോട് ഒരു മകളോടെന്നപോലെ ഒരു വാത്സല്യം തോന്നി. തന്റെ യജമാനനാണ് പെരുമാൾ. എങ്കിലും ആ കുട്ടി ഇനി അനുഭവിക്കാൻ പോകുന്ന ദുരവസ്ഥയോർത്തപ്പോൾ എന്തായാലും ഇനി കുറച്ചു ദിവസത്തേക്ക് പെരുമാളിന്റെ ശല്യം അവൾക്കുണ്ടാവില്ല.. അയാൾ ആശ്വസിച്ചു.

കൗശികൻ ധൃതിയിൽ പെരുമാളിന്റെ മുറിയിലേക്ക് നടന്നു. മുറി

യുടെ വാതിൽ ചാരിയിരുന്നു. കൗശികൻ വാതിൽ തട്ടി.

"ആരാ...? കൗശികനാണോ...?" പെരുമാൾ ചോദിച്ചു.

"അതേ തമ്പുരാൻ.."

കൗശികൻ മറുപടി പറഞ്ഞു.

"അകത്തേക്കു വന്നോളൂ.."

തിരിഞ്ഞു നോക്കാതെ നിലക്കണ്ണാടിയുടെ മുൻപിൽ നിന്നുകൊണ്ട് പെരുമാൾ പറഞ്ഞു. കൗശികൻ അകത്തേക്കു പ്രവേശിച്ചു.

"എന്താ കൗശികാ വിശേഷിച്ച്..."

പെരുമാൾ ചോദിച്ചു.

"ദാസിപ്പുരയിൽനിന്ന് ശീനു വന്നിരുന്നു." കൗശികൻ താണ സ്വരത്തിൽ പറഞ്ഞു. പെട്ടെന്ന് പെരുമാൾ തന്റെ ഒരുക്കം നിർത്തി കൗശികനെ നോക്കിക്കൊണ്ട് ചോദിച്ചു.

"എന്താ കൗശികാ.. വിശേഷിച്ച്..?"

"ഇന്ന് ദാസിപ്പുരയിൽ വന്ന കുട്ടിക്ക്... തൊട്ടുകൂടാതായി... ഇനി നാലഞ്ചു ദിവസം കഴിഞ്ഞേ.." കൗശികൻ മുഴുമിപ്പിച്ചില്ല. പെരുമാൾ ആലോചനയിലാണ്ടു. അല്പം കഴിഞ്ഞപ്പോൾ കൗശികനോട് പറഞ്ഞു.

"ശരി നീ പൊയ്ക്കോളൂ.."

കൗശികൻ മുറിവിട്ടു പോകാൻ തുടങ്ങിയതും അയാൾ വീണ്ടും

"സുദേവൻ ഇതുവരെ എത്തിയില്ലേ...?"

"എത്തി തമ്പുരാൻ... അറയിൽ ഉണ്ട്... ഉറക്കമാണ്..." കൗശികൻ പുഞ്ചിരിയോടെ പറഞ്ഞു.

"ങും... ശരി നീ പൊയ്ക്കോളൂ.." പെരുമാൾ പറഞ്ഞു

പെരുമാളിന് വല്ലാത്തൊരു നിരാശ തോന്നി. ഇന്ന് തന്റെ ദാസിപ്പുരയിൽ പുതിയ ദാസി എത്തിയിരിക്കുന്നു. അവളെ കാണാനും പ്രാപിക്കാനും വേണ്ടിയുള്ള ഒരുക്കത്തിലായിരുന്നു താൻ. എന്നാൽ എല്ലാ ആഗ്രഹങ്ങളും അസ്തമിച്ചു. അയാൾ തന്റെ വേഷഭൂഷാദികൾ അഴിച്ചുവച്ചു. എന്നിട്ട് നിരാശയോടെ ചാരുകസേരയിൽ പോയി ചിന്താമഗ്നനായിരുന്നു.

പതിനൊന്ന്

പിറ്റേദിവസവും സുദേവനും ബലരാമനും വേദപാഠം കഴിഞ്ഞ് വഴിയരികിൽ അവളെ കാത്തു നിന്നു. പക്ഷേ, നിരാശയായിരുന്നു ഫലം. സുദേവന് സഹിക്കാവുന്നതിൽ കൂടുതലായിക്കഴിഞ്ഞിരുന്നു. അവൻ നൃത്ത മാളികയിലേക്കു പോകാൻ തീരുമാനിച്ചു. ആ വിവരം ബലരാമനെ ധരിപ്പിച്ചു. എന്നാൽ ബലരാമൻ അവനെ പിന്തിരിപ്പിക്കാൻ ശ്രമിച്ചു. ഒടുവിൽ ബലരാമൻ തോറ്റു. സുദേവൻ നൃത്തപ്പുരമാളിക ലക്ഷ്യമാക്കി നടന്നു. അവിടേക്ക് ആൺകുട്ടികൾക്ക് പ്രവേശനം ഉണ്ടായിരുന്നില്ല. മാളിക ലക്ഷ്യമാക്കി നടന്നുവരുന്ന സുദേവനെ നൃത്താദ്ധ്യാപിക കണ്ടു. അവർ ഒരു നിമിഷം അവനെ നോക്കി നിന്നിട്ട് അവന്റെ അടുത്തേക്കു നടന്നു ചെന്നു. എന്നിട്ട് അവനോടു ചോദിച്ചു.

"കുട്ടീ.. നീ എവിടേക്കാ..? ആരെ കാണാനാ...?" സുദേവൻ എന്തു പറയണം എന്നറിയാതെ പരുങ്ങി. അവളുടെ പേരോ... നാടോ ഒന്നും അറിയില്ല എന്ന ബോദ്ധ്യത്താൽ അവന് ജാള്യം വന്നു.

അദ്ധ്യാപിക ദേഷ്യം ഭാവിച്ച് വീണ്ടും ചോദിച്ചു.

"ചോദിച്ചതു കേട്ടില്ലേ...

ആരെ കാണാനാ..?"

"ഇവിടെ നൃത്തം അഭ്യസിച്ചുകൊണ്ടിരുന്ന സുന്ദരിയായ ഒരു പെൺകുട്ടി ഉണ്ടായിരുന്നു. അവളെ കാണാനാ..." വിക്കി വിക്കി സുദേവൻ പറഞ്ഞു.

"ആരാ അത്... പേരില്ലേ അവൾക്ക്..?" അദ്ധ്യാപിക ചോദിച്ചു.

"പേരറിയില്ല... കണ്ടിട്ടേ ഉള്ളൂ..

രണ്ടു ദിവസമായി കാണുന്നില്ല. അതുകൊണ്ടാ.." സുദേവൻ നിഷ്കളങ്കമായി പറഞ്ഞു. അവന്റെ ഉത്തരവും മുഖത്തെ ഭാവവും അദ്ധ്യാപിക

യിൽ ചിരിയുണർത്തി... അവൻ തേടുന്നത് ഉത്തരയെ ആണ് തീർച്ച. അവളെ കണ്ടാൽ മോഹിക്കാത്ത ചെറുപ്പക്കാർ ഉണ്ടാവില്ല. അത്രയ്ക്ക് അഴകാണ് അവൾക്ക്. അദ്ധ്യാപിക ചിന്തിച്ചു. കപട ഗൗരവം ഭാവിച്ച് അദ്ധ്യാപിക പറഞ്ഞു.

"കുട്ടി... ഇവിടെ ആൺകുട്ടികൾക്ക് പ്രവേശനം ഇല്ല എന്നറിയില്ലേ...? മാത്രമല്ല ഇനി ഇവിടേക്ക് വരരുത്... കുട്ടി തിരയുന്നവൾ ഇവിടില്ല, കാരണം ഈ അടുത്ത ദിവസം ഇവിടെനിന്നും പല കുട്ടികളും ദേവദാസിയായിപ്പോയി... പൊയ്ക്കോളൂ... ആരും കാണണ്ട."

അവർ തിരിഞ്ഞ് അകത്തേക്കു പോയി. സുദേവൻ ഒരു നിമിഷം ശങ്കിച്ചു നിന്നിട്ട് പുറത്തേക്കു നടന്നു. ബലരാമൻ പുറത്ത് കാവൽ നില്പുണ്ടായിരുന്നു. സുദേവനെ കണ്ടതും ബലരാമൻ ജിജ്ഞാസയോടെ ചോദിച്ചു.

"ദേവാ... എന്തായി...? കണ്ടോ അവളെ...?" സുദേവൻ ബലരാമനെ ഒന്നു നോക്കുക മാത്രം ചെയ്തു എന്നിട്ട് നടന്നു. ബലരാമൻ സുദേവന്റെ ഒപ്പമെത്താൻ വേഗം കൂട്ടി നടന്നുകൊണ്ട് ചോദിച്ചു.

"ദേവാ... എന്താണ് പറയൂ.."

"അവൾ ദേവദാസിയായി പോലും.."

സുദേവൻ ആരോടെന്നില്ലാതെ പറഞ്ഞു.

"ഇനി ഒരിക്കലും അവളെ കാണാൻ പറ്റീന്നു വരില്ല..."

"ദേവാ... നീ അവളെ മറന്നേക്കൂ.." ബലരാമൻ ആശ്വസിപ്പിക്കാനെന്ന വണ്ണം പറഞ്ഞു. ബലരാമനെ രൂക്ഷമായി നോക്കിയിട്ട് സുദേവൻ ആൽത്തറയിൽ പോയിരുന്നു. അപ്പോഴേക്കും അവർക്ക് പോകാനുള്ള കാളവണ്ടി അവർക്കു സമീപം വന്നു നിന്നു. അവർ ഇരുവരും അതിൽ കയറി യാത്ര തിരിച്ചു. അപ്പോഴേക്കും ഒരു ചോദ്യചിഹ്നമായി ഉത്തര സുദേവന്റെ മനസ്സിൽ അവശേഷിച്ചു. അവൾ ഇപ്പോൾ എവിടെയായിരിക്കും.

വളരെ ദരിദ്രനായിരുന്ന ശാലൂക്യനു ഇപ്പോൾ കഷ്ടപ്പാടു കുറഞ്ഞു. വീട്ടിലെ ദാരിദ്ര്യം ഇല്ലാതായി. ഉത്തരയ്ക്ക് ഇളയ കുട്ടികൾ ഇപ്പോൾ നല്ല ഭക്ഷണം കഴിച്ചു തുടങ്ങി. ശകുന്തളയും ശാലൂക്യനും ഇപ്പോൾ പഴയ മട്ടിലല്ല നടപ്പ്. എങ്കിലും ഉത്തര കൂടില്ലാത്തത് അവർക്ക് സങ്കടംതന്നെയായിരുന്നു. ശാലൂക്യൻ, പെരുമാൾ കൊടുത്ത തുകകൊണ്ട് ഒരു കൃഷിയിടം വിലയ്ക്കു വാങ്ങി.

പന്ത്രണ്ട്

ഏതാനും ദിവസങ്ങൾ കഴിഞ്ഞു ഉത്തര ഇപ്പോൾ മായയുമായി നല്ല അടുപ്പത്തിലാണ്. അവർ ഇപ്പോൾ അമ്മയും മകളുമാണ്. മായയ്ക്ക് അവൾ സ്വന്തം മകളു തന്നെ. ഉത്തര തന്റെ അമ്മയെ തന്നെയാണ് മായയിൽ കണ്ടത്.

ഇന്ന് ആ ദിവസമാണ്. പെരുമാൾ ഉത്തരയെ കാണാൻ വരുന്ന ദിവസം. മായ രാവിലെ മുതൽ അസ്വസ്ഥയാണ്. കാരണം ആ കശ്മലൻ തന്റെ ഉത്തരയെ പിച്ചിച്ചീന്തുമെന്ന് മായയ്ക്ക് ഉറപ്പായിരുന്നു. ആ പ്രതിസന്ധിയിൽനിന്ന് അവളെ രക്ഷിക്കാൻ ഒരു വഴിയും കണ്ടെത്താൻ മായയ്ക്കു കഴിഞ്ഞില്ല. ഈ ദിവസത്തെക്കുറിച്ച് ഉത്തരയോട് സംസാരിക്കാൻ പോലും അവർ ഭയപ്പെട്ടു.

കൗശികന്റെ അവസ്ഥയും മറ്റൊന്നായിരുന്നില്ല. ഉത്തരയുടെ നിഷ്കളങ്കമായ മുഖം തന്റെ മകൾ രാക്കുവിനെ ഓർമ്മിപ്പിച്ചുകൊണ്ടിരുന്നു. ഇന്ന് പെരുമാൾ ദാസിപ്പുരയിലേക്കു പോകുന്നു എന്ന് കേട്ടതു മുതൽ തുടങ്ങിയതാണ് കൗശികന് വെപ്രാളം. ഉത്തരയ്ക്ക് വരാൻ പോകുന്ന ദുർവ്വിധിയോർത്ത് അതൊഴിവാക്കാൻ എന്തെങ്കിലും മാർഗ്ഗം ഉണ്ടോയെന്ന് അയാൾ ആലോചിച്ചു. ഒരെത്തും പിടിയും കിട്ടുന്നില്ല. അവസാനം അയാൾ ഒരു സൂത്രം കണ്ടുപിടിച്ചു. പെരുമാളിനെ അപകടപ്പെടുത്തുക. അയാൾ അതറിഞ്ഞാൽ തന്റെ കഥ കഴിഞ്ഞതുതന്നെ. എന്നാലും സാരമില്ല. ആ പാവം പെൺകുട്ടിയെ രക്ഷിക്കാൻ കഴിഞ്ഞെങ്കിൽ. അയാൾ ആലോചനയിൽ ആണ്ടു. അവസാനം ഒരു വഴി കണ്ടെത്തി പെരുമാൾ ഗോവണിയിൽ കുറച്ച് എണ്ണയൊഴിച്ചു വയ്ക്കുക. അപ്പോൾ അയാൾ തെന്നി വീഴും കുറച്ചു ദിവസത്തേക്കു വീണ്ടും ഉത്തരയെ രക്ഷിക്കാം കൗശികൻ തീരുമാനിച്ചു.

മട്ടുപ്പാവിൽ ഉലാത്തിക്കൊണ്ടിരുന്ന പെരുമാൾ ഇന്ന് തനിക്ക് കിട്ടുന്ന സുഖനിമിഷങ്ങൾ ഓർത്ത് സന്തോഷിച്ച് നില്ക്കുകയായിരുന്നു. പെട്ടെന്ന് താഴെ ഒരു വലിയ ശബ്ദം കേട്ട് പെരുമാൾ ധൃതിയിൽ ഗോവണി ഇറങ്ങി വന്നു. ഏതാനും പടി ഇറങ്ങിയതും അയാൾ കാൽ വഴുതി ഗോവണി യിൽനിന്നും വീണു. ശബ്ദം കേട്ട് പരിചാരകൻ ഓടിയെത്തി അയാളെ താങ്ങി. കൂടെ കൗശികനും ഉണ്ടായിരുന്നു. പെരുമാളിന്റെ നട്ടെല്ലുളുക്കി. മരണ വേദനയിൽ പെരുമാൾ പുളഞ്ഞു. കൗശികൻ സന്തോഷിച്ചു. എന്താ യാലും കുറച്ച് ദിവസം ഈ കിടപ്പ് കിടക്കും. പക്ഷേ, അയാൾ ഇങ്ങ നെയും ചിന്തിച്ചു. പെരുമാൾ തനിക്ക് കാണപ്പെട്ട ദൈവമാണ്. അദ്ദേഹം തന്നെ ഒരു പരിചാരകനായിട്ടല്ല കാണുന്നത്. അദ്ദേഹത്തിന്റെ സഹോ ദരതുല്യനായിട്ടാണ്. എന്നിട്ടും താൻ അദ്ദേഹത്തെ അപകടപ്പെടുത്തി. കൗശികന് കുറ്റബോധം തോന്നി. അതിന് പരിഹാരം എന്നോണം അയാൾ പെരുമാളിനെ നന്നായി ശുശ്രൂഷിച്ചു.

പെരുമാൾ എത്തുന്നതിനായുള്ള ഒരുക്കങ്ങൾ ദാസിപ്പുരയിൽ തകൃ തിയായി നടക്കുന്നുണ്ടായിരുന്നു. മായമ്മയുടെ ഉള്ള് കത്തുന്നുണ്ടെങ്കിലും ഒന്നിനും ഒരു കുറവും വരാത്ത വിധം എല്ലാം സജ്ജമായിരുന്നു. അവർ ഉത്തരയുടെ മുറിയിലെത്തി. അവൾ ജനാലയിൽക്കൂടി അകലങ്ങളിലേക്ക് നോക്കി നില്ക്കുന്നു. കൂട്ടിലടച്ചിട്ട കിളിയുടെ അവസ്ഥയാണ് അവൾക്ക് എന്ന് മായമ്മയ്ക്കറിയാം. അവളെ കണ്ടപ്പോൾ മായമ്മയുടെ മനസ്സിൽ ഒരു നീറ്റലനുഭവപ്പെട്ടു ഏതെങ്കിലും ഒരു പുരുഷനോടൊപ്പം ഭർതൃമതി യായി ജീവിക്കേണ്ടവൾ. അവൾക്ക് ഇന്ന് തുടങ്ങുന്നു ശാപം പെട്ട നിറം കെട്ട ജീവിതം. നിറഞ്ഞു വന്ന കണ്ണ് തുടച്ചുകൊണ്ട് മായ അവളെ നോക്കി വിളിച്ചു.

“ഉത്തരേ എന്താ കാഴ്ച കാണുകയാണോ” ശബ്ദം കേട്ട് തിരിഞ്ഞു നോക്കി ഉത്തര ചിരിച്ചു.

“അതേ മായമ്മേ ജനാലയിൽക്കൂടി പുറത്തേക്ക് നോക്കുമ്പോൾ എനിക്ക് എന്റെ വീട് ഓർമ്മ വരും. അമ്മയും അച്ഛനും എന്നെക്കാ ണാഞ്ഞ് വിഷമിക്കുന്നുണ്ടാവുമോ മായമ്മേ ഞാൻ വാരിക്കൊടുത്താലേ എന്റെ കുഞ്ഞീ ആഹാരം കഴിക്കുമായിരുന്നുള്ളൂ മായമ്മേ” ഉത്തര വാചാ ലയാകാൻ തുടങ്ങി.

“ഉം... ശരി... ശരി... നീ വേഗം കുളിച്ച് ഒരുങ്ങാൻ നോക്ക്” മായമ്മ അല്പം ഗൗരവത്തിൽ പറഞ്ഞു.

“എന്തിനാ മായമ്മേ നമ്മൾ എവിടെയെങ്കിലും പോകുന്നുവോ” അതിന് മറുപടി പറയും മുൻപ് മുറിയിലേക്ക് ഒരു സ്ത്രീ കടന്നു വന്നു. അവരെ കണ്ടതും മായ അവർക്കരികിലേക്ക് ചെന്നു. അവൾ മായയുടെ കാതിൽ എന്തോ രഹസ്യമന്ത്രം മന്ത്രിച്ചു എന്നിട്ട് മുറിവിട്ടു പോയി.

മായ വീണ്ടും ഉത്തരയ്ക്കരികിലെത്തി. അവളുടെ ഇരുചുമലിലും പിടിച്ചുകൊണ്ട് സന്തോഷത്തോടെ പറഞ്ഞു.

“നീ വീണ്ടും രക്ഷപ്പെട്ടു. സന്തോഷമായിരുന്നോളൂ. ഞാൻ പോയിട്ട്

വരാം.”

ഉത്തരയ്ക്ക് ഒന്നും മനസ്സിലായില്ല. മായയുടെ മുഖത്തെ സന്തോഷം അവളെ അമ്പരപ്പിച്ചു. മായ അവൾക്ക് ഒരു മുത്തം നല്കിയിട്ട് പുറത്തേക്ക് പോയി.

“ഈ മായമ്മയ്ക്ക് ഇത് എന്തുപറ്റി...?”

ഉത്തര ആത്മഗതം എന്നോണം പറഞ്ഞു.

* * * * *

വൃദ്ധ ഒരു നിമിഷം നിർത്തി. അവരുടെ കണ്ണുകൾ വിദൂരതയിൽ ആയിരുന്നു. എന്തൊക്കെയോ മനക്കണ്ണാൽ അവർ ദർശിക്കുന്നുണ്ടായിരുന്നു. അതിനാൽ അവരുടെ മുഖത്ത് പലഭാവങ്ങൾ മിന്നിമറഞ്ഞു. അവർക്ക് ചുറ്റും ഇപ്പോൾ ധാരാളം ആളുകളുണ്ട്. അവർ ആരേയും ശ്രദ്ധിക്കുന്നതേയില്ല.

ആൾക്കൂട്ടത്തിൽനിന്ന് ആരോ ഒരാൾ ചോദിച്ചു.

“വല്യമ്മേ... എന്നിട്ട് ഉത്തരയ്ക്കെന്തു സംഭവിച്ചു..?”

“കേശവപ്പെരുമാൾ അവളുടെ അടുത്തെത്തിയോ..?”

ജിജ്ഞാസ തുളുമ്പുന്ന ആ ചോദ്യം പറഞ്ഞു നിർത്തിയിടത്തു നിന്ന് വീണ്ടും പറഞ്ഞു തുടങ്ങുവാൻ അവരെ പ്രേരിപ്പിച്ചു. അവർ തുടർന്നു.

സുദേവനും ബലരാമനും പിന്നീട് പല ദിവസങ്ങളിലും അവളെ തിരഞ്ഞെങ്കിലും ഒരിക്കലും ആ മുഖം കണ്ടെത്താൻ അവർക്കായില്ല. സുദേവന് ഇപ്പോൾ പഠനത്തിൽ തീരെ താല്പര്യമില്ലാതായി. അച്ഛന്റെ താല്പര്യത്തിനുവേണ്ടി മാത്രമാണ് അവന്റെ വേദപഠനം. പലദിവസങ്ങളിലും പഠനത്തിന് പോകാതായി. സുഖമില്ലാത്തതിനാൽ പെരുമാളും അത് ശ്രദ്ധിച്ചില്ല.

പതിമൂന്ന്

പെരുമാളിന്റെ വീടിനോടു ചേർന്നായിരുന്നു കൗശികന്റെ വീടും. വളരെ ഒതുക്കമുള്ള ഭംഗിയുള്ള ഒരു വീടായിരുന്നു അത്. വീടിനു മുൻപിൽ അല്പം അകലെയായി ഒരു ആൽമരവും അതിനു ചുറ്റും ആൽത്തറയും ഉണ്ടായിരുന്നു. എന്നും സന്ധ്യക്ക് കൗശികൻ അല്പ നേരം അവിടെ ചിലവഴിക്കാറുണ്ട്.

ഒരു ദിവസം പെരുമാളിന്റെ മാളികയിൽനിന്നും തന്റെ ജോലി കഴിഞ്ഞ് വീട്ടിലെത്തിയ കൗശികൻ കുളിയും പൂജയും കഴിഞ്ഞ് സന്ധ്യക്ക് പുറത്തേക്ക് ഇറങ്ങാൻ തുടങ്ങുന്നു. അയാളുടെ ഭാര്യ ഒരു ഗ്ലാസ് ചായയുമായി അയാൾക്കു സമീപം എത്തി. അയാൾ തിരിഞ്ഞ് ചായഗ്ലാസ് വാങ്ങുന്നതിനിടയിൽ ചോദിച്ചു.

"ഭാഗി..മോളും അമ്മയും എവിടെ..? അനക്കം ഒന്നും കേൾക്കുന്നില്ലല്ലോ..."

അവർ ചെറുചിരിയോടെ പറഞ്ഞു

"ഇന്ന് ക്ഷേത്രത്തിൽ രാക്കുവിനു ഒരു പ്രത്യേക പൂജ അമ്മ പറഞ്ഞേർപ്പെടുത്തിയിട്ടുണ്ട്." ഇതു കേട്ടതും കൗശികൻ ചിരിച്ചുകൊണ്ട് പറഞ്ഞു.

"മുത്തശ്ശിക്കും ചെറുമോൾക്കും ഇതു തന്നെ പണി... ആ നടക്കട്ടെ."

"ഹൊ നല്ല ചൂടാണ് പുറത്ത്. അടുത്തെങ്ങും മഴ പ്രതീക്ഷിക്കണ്ട."

ചായ ഗ്ലാസ് തിരികെ നല്കി മറുപടി പ്രതീക്ഷിക്കാതെ അയാൾ പുറത്തേക്കിറങ്ങി. പുറത്തേക്കൊന്നു നോക്കിയിട്ട് അവർ ഗ്ലാസുമായി അകത്തേക്കു പോയി.

കൗശികൻ ആൽത്തറയിലെത്തി. അവിടെ ആരോ ഇരിപ്പുണ്ട്. ഇരുട്ടു പരന്നതു കാരണം ആളിനെ വ്യക്തമാകുന്നില്ല. കൗശികൻ ആ രൂപത്തി

നടുത്തേക്കു നടന്നു... അടുത്തെത്തിയപ്പോൾ ആളിനെ മനസ്സിലായി. സുദേവനായിരുന്നു അത്.

"ആഹാ... കുട്ടനായിരുന്നോ..?" കൗശികൻ അതിശയത്തോടെ ചോദിച്ചു.

"എന്താ കുട്ടാ വിശേഷിച്ച്...?" അയാൾ കൂട്ടിച്ചേർത്തു.

"ഞാൻ കൗശികനെ കാണാൻ വന്നതാ... കാര്യങ്ങളൊക്കെ പറയാം ഇവിടെ എന്റെയടുത്ത് ഇരിക്ക്.."

സുദേവൻ കൊച്ചുകുട്ടിയെപ്പോലെ ചിണുങ്ങിക്കൊണ്ട് പറഞ്ഞു.

അവർ തമ്മിൽ അങ്ങനെ ഒരു ആത്മബന്ധം ഉണ്ട്. അമ്മ മരിച്ച നാൾ മുതൽ ഒറ്റപ്പെട്ട ജീവിതമായിരുന്നു സുദേവൻ നയിച്ചിരുന്നത്. പെരുമാളിന്റെ കർക്കശസ്വഭാവം സുദേവന് അച്ഛനിൽ ഭയവും അകല്ചയും ജനിപ്പിച്ചിരുന്നു. സുദേവന്റെ അമ്മയെ പെരുമാൾ ചവിട്ടിക്കൊന്നതാണെന്നും കേൾക്കുന്നുണ്ട്. എന്തുതന്നെ ആയാലും അതിനുശേഷം സുദേവൻ ഏറ്റവും കൂടുതൽ സ്നേഹവും അടുപ്പവും കരുതലും അനുഭവിച്ചത് കൗശികനിൽ നിന്നാണ്.

പലപ്പോഴും അവർ സന്ധിക്കുന്നത് ഈ ആൽത്തറയിലാണ്. ഇവിടെ എത്തുമ്പോൾ അവർ അച്ഛനും മകനും നല്ല സുഹൃത്തുക്കളും ഒക്കെ ആകാറുണ്ട്.

കൗശികൻ സുദേവന്റെ സമീപത്തു ചെന്നിരുന്നു. അപ്പോൾ തന്നെ സുദേവൻ ഒട്ടും മടിക്കാതെ കൗശികന്റെ മടിയിൽ തല വച്ചു കിടന്നു. കൗശികൻ വർദ്ധിച്ചുവന്ന വാത്സല്യത്തോടെ സുദേവന്റെ നെറുകയിൽ തലോടി.

"മോൻ ഇപ്പോൾ വേദപഠനത്തിന് പോകാറില്ലേ..?" കൗശികൻ സംശയത്തോടെ ചോദിച്ചു.

"ഇല്ല... പഠനം കഴിഞ്ഞു" സുദേവൻ കുസൃതിയോടെ പറഞ്ഞു.

"പഠനം കഴിഞ്ഞെന്നോ...? എന്താ കുട്ടൻ ഈ പറയുന്നത്. ഇതൊന്നും അച്ഛന്റെ ചെവിയിൽ എത്തണ്ട" അതിശയവും താക്കീതും കലർന്ന സ്വരത്തിൽ കൗശികൻ പറഞ്ഞു.

"അത്... ഞാനിനി പോകുന്നില്ല... ആവശ്യത്തിനുള്ള അറിവ് ഞാൻ സിദ്ധിച്ചു." സുദേവൻ പരിഭവിച്ചുകൊണ്ട് പറഞ്ഞു. "ഓഹോ ഇനി കുട്ടന്റെ ഉദ്ദേശ്യം..?" കൗശികൻ ഹാസ്യത്തോടെ ചോദിച്ചു.

"കൗശികന്റെ ഒപ്പം നടക്കുക അത്രതന്നെ. അല്ലാതെന്ത്..?"

സുദേവൻ നിസ്സാരമായി മറുപടി പറഞ്ഞു.

"വേണ്ട... അച്ഛനറിഞ്ഞാൽ.. ഇപ്പോൾത്തന്നെ കുട്ടനെ ഞാനാണു വഷളാക്കുന്നതെന്നാ പൊതുവെ സംസാരം."

കൗശികൻ ക്ഷമയോടെ പറഞ്ഞു. സുദേവൻ പെട്ടെന്ന് എഴുന്നേറ്റിരുന്നു.

"അതേയോ? അപ്പോൾ ഞാൻ രക്ഷപ്പെട്ടു ഇനി എന്തെങ്കിലും പണി ഒപ്പിച്ചാൽ കൗശികന്റെ പേരു പറഞ്ഞ് രക്ഷപ്പെടാമല്ലോ.." സുദേവൻ

കുസൃതിയോടെ പറഞ്ഞു

സുദേവന്റെ നെറുകയിലും കവിളിലും തലോടിക്കൊണ്ട് കപട ഗൗരവം നടിച്ച് കൗശികൻ പറഞ്ഞു.

“വേണ്ട... വേണ്ട... കുസൃതി വേണ്ട... അച്ഛനെ വെറുപ്പിക്കരുത്... അച്ഛന് മകൻ എന്നാൽ ജീവനാണ്.. അത് മറക്കരുത്.”

“ചെല്ല് കുട്ടനെ കണ്ടില്ലെങ്കിൽ അച്ഛൻ തിരയും...” കൗശികൻ അനുനയത്തിൽ സുദേവനോടു പറഞ്ഞു.

“ശരി... കൗശികാ ഞാൻ പോകട്ടെ..” സുദേവൻ യാത്ര പറഞ്ഞ് അവിടെ നിന്നും നടന്നകന്നു. സുദേവൻ പോകുന്നതു നോക്കി കുറേ നേരം കൂടി കൗശികൻ ആൽത്തറയിൽ ഇരുന്നു. ശേഷം അയാളും വീട്ടിലേക്ക് പോയി.

പതിനാല്

ദിവസങ്ങൾ അങ്ങനെ പലതും കൊഴിഞ്ഞു പോയി. അങ്ങനെ ഒരു ദിവസം വന്നെത്തി. പെരുമാൾ ആരോഗ്യം വീണ്ടെടുത്തു. ഒരു ദിവസം രാവിലെ കൗശികനെ വിളിച്ച് പെരുമാൾ ആ വിവരം ധരിപ്പിച്ചു.

"കൗശികാ... ദാസിപ്പുരയിൽ ഇന്ന് എന്റെ സന്ദർശനം ഉണ്ടെന്ന് അറിയിച്ചോളൂ.."

കൗശികൻ ഞെട്ടി... അയാൾക്ക് ഉത്തരയുടെ മുഖം ഓർമ്മ വന്നു. "തനിക്ക് ഒന്നുംചെയ്യാൻ കഴിയില്ല. എല്ലാം ആ കുട്ടിയുടെ വിധി" അയാൾ നെടുവീർപ്പിട്ടു. ദൂതൻ വഴി കൗശികൻ ആ വിവരം ദാസിപ്പുരയിൽ അറിയിച്ചു.

മായമ്മയും ഞെട്ടലോടെയാണ് ആ വാർത്ത ശ്രവിച്ചത്. എങ്കിലും തനിക്ക് പെരുമാളിനെ അനുസരിക്കുവാൻ മാത്രമേ കഴിയൂ. അവൾ മറ്റുള്ളവർക്ക് നിർദ്ദേശം കൊടുത്തു. തനിക്കിപ്പോൾ ഉത്തര മകളു തന്നെയാണ്.. എന്തു ചെയ്യാൻ പറ്റും. പെരുമാളിനോടു കൂറു കാണിക്കാതെ വയ്യ. അവൾ ഉത്തരയുടെ മുറിയിലെത്തി. തന്റെ ഉടുപ്പുകളൊക്കെ അടുക്കി വയ്ക്കുന്ന ജോലിയിലായിരുന്ന ഉത്തര മായമ്മയെ കണ്ടതും സന്തോഷത്തോടെ ചിരിച്ചു. മായ അവൾക്കരികിലെത്തി.

"മോൾക്ക് ഇവിടം ഇഷ്ടമായോ...?" മായ ചോദിച്ചു. ഉത്തര അല്പം കൊഞ്ചലോടെ പറഞ്ഞു.

"ഇഷ്ടമാണ്... പക്ഷേ, എന്റെ വീടാ കുറച്ചൂടെ എനിക്കിഷ്ടം. അവിടെ കളിക്കാൻ കൂട്ടുകാരൊക്കെയുണ്ട്"

ഇതു കേട്ടതും മായ പരിഭവത്തോടെ ചോദിച്ചു. "അപ്പോ ഞങ്ങളെ ഇഷ്ടപ്പെട്ടില്ല അല്ലേ...?"

മായമ്മയുടെ വാക്കു കേട്ട് അവൾ മായമ്മയെ കെട്ടിപ്പിടിച്ചു. അവ

രുടെ കവിളുകളിൽ മുത്തമിട്ടുകൊണ്ട് ഉത്തര പറഞ്ഞു.

"എന്റെ എല്ലാ സങ്കടങ്ങളും ഞാൻ മറക്കുന്നത് മായമ്മയുടെ സ്നേഹത്തിനു മുന്നിലാ.." മായയും അവളെ അണച്ചു പിടിച്ചു. മൂർദ്ധാവിൽ തഴുകിക്കൊണ്ട് പറഞ്ഞു.

"ഇന്ന് നിന്നെ കാണാൻ പെരുമാൾ തമ്പുരാൻ വരും.." "പെരുമാൾ തമ്പുരാനോ.... അതാരാ....?" ഉത്തര സംശയത്തോടെ ചോദിച്ചു.

"നാം ഏവരേയും കാത്തു പരിപാലിക്കുന്ന ആളാണ് അദ്ദേഹം. നാം ഓരോരുത്തരും അദ്ദേഹത്തിന്റെ ദാസിമാരാണ്. അദ്ദേഹം വരുമ്പോൾ എന്റെ മോൾ അണിഞ്ഞൊരുങ്ങി സുന്ദരി ആയി വേണം നില്ക്കാൻ. സുന്ദരിക്കുട്ടിയെ മായമ്മ അണിയിച്ചൊരുക്കാം കേട്ടോ..."

ഉത്തരയ്ക്ക് ഒന്നും മനസ്സിലായില്ല. എങ്കിലും എല്ലാം മനസ്സിലായി എന്നർത്ഥത്തിൽ തലകുലുക്കി.

"ശരി നീ കുറച്ചുനേരം വിശ്രമിച്ചോളൂ. ഞാൻ കുറച്ചുകഴിഞ്ഞ് വരാം.." എന്നുപറഞ്ഞ് മായ പുറത്തേക്ക് പോയി. ഉത്തര തന്റെ വസ്ത്രങ്ങളൊക്കെ അലമാരയിൽ അടുക്കി വച്ചു. അവൾ ഭക്ഷണം കഴിക്കാനായി ഊട്ടുപുരയിലേക്കു പോയി. അവിടെ ചെന്നപ്പോൾ മറ്റുള്ള ദേവദാസി സ്ത്രീകൾ ആഹാരം കഴിക്കുന്നുണ്ടായിരുന്നു. എല്ലാവർക്കും അവളെ വലിയ ഇഷ്ടമായിരുന്നു. അവരിലൊരാൾ പറഞ്ഞു.

"ഇന്ന് ഉത്തരമോൾക്ക് കോളാണല്ലോ..

ഇന്ന് പെരുമാൾ തമ്പുരാൻ വരുന്നുണ്ട് നിനക്ക് ധാരാളം സമ്മാനങ്ങൾ കൊണ്ടു തരും."

ഉത്തര അവരെ അവിശ്വസനീയതയോടെ നോക്കി. മറ്റുള്ളവർ അടക്കത്തിൽ എന്തോ പറഞ്ഞ് ചിരിച്ചു. അവൾ അവരോടൊപ്പം ആഹാരം കഴിച്ചിട്ട് മടങ്ങി. തിരികെ മുറിയിലെത്തിയ ഉത്തരയ്ക്ക് ആകെ സംശയങ്ങളായി.

'പെരുമാൾ തമ്പുരാൻ എന്നെ കാണുന്നത് എന്തിനായിരിക്കും..?'

'എനിക്കെന്തിനാ സമ്മാനങ്ങൾ ഒക്കെ തരുന്നത്..?'

'ആം... മായമ്മയോട് ചോദിക്കാം' എന്ന് തീരുമാനിച്ച് അവൾ വിശ്രമിക്കാനായി കിടക്കയിലേക്ക് കിടന്നു. ഒരു ചെറിയ മയക്കത്തിലേക്ക് അവൾ ആഴ്ന്നു പോയി.

മുറിയിലെ സംസാരവും ചിരിയും കേട്ടുകൊണ്ടാണ് ഉത്തര എഴുന്നേറ്റത്. ശിവയും രാധയും ആയിരുന്നു അത്. ഉത്തര കട്ടിലിൽ എഴുന്നേറ്റിരുന്നു. കൈയിലിരിക്കുന്ന തളിക അവർ മേശപ്പുറത്തുവച്ചു. തളികയിൽ മഞ്ഞളും സുഗന്ധദ്രവ്യങ്ങളും മറ്റുമായിരുന്നു. അവർ ഉത്തരയ്ക്ക് സമീപം എത്തി. മറ്റൊരുതാലത്തിൽ മുല്ലപ്പൂവും റോസാപ്പൂവും ഉണ്ടായിരുന്നു. ഉത്തര ശിവയേയും രാധയേയും നോക്കി ചോദിച്ചു.

"ശിവാക്കേ... എന്താ ഇതൊക്കെ..?" ശിവ ചിരിച്ചുകൊണ്ട് പറഞ്ഞു.

"ഇന്ന് നിന്റെ ആദ്യരാത്രിയല്ലേ.. ആദ്യരാത്രി..." ശിവയും രാധയും പൊട്ടിച്ചിരിച്ചു.

ഉത്തര ഇരുവരെയും മാറിമാറി നോക്കി. അപ്പോൾ അവിടേക്ക് കടന്നുവന്ന മായ അവരെ നോക്കി ചോദിച്ചു.

"എന്താ രാധേ..? എന്താ ഇത്ര ചിരിക്കാൻ..?" അവർ പെട്ടെന്ന് ചിരിയടക്കിക്കൊണ്ട് പറഞ്ഞു.

"അക്കേ... ആ പെണ്ണിന് ഒന്നുമറിഞ്ഞുകൂടാ.." "ശരി ശരി... നിങ്ങൾ പൊയ്ക്കോളൂ... ഞാൻ എല്ലാം ശരിയാക്കിക്കൊള്ളാം.."

മായ ഗൗരവത്തിൽ പറഞ്ഞു. ഇരുവരും മുറിക്കു പുറത്തേക്കു പോയി തിരിഞ്ഞ് മായയെ നോക്കി അവര് കാണാതെ ഒരു ഗോഷ്ഠി കാണിക്കാനും ശിവ മറന്നില്ല.

ഇതിന്റെ പൊരുളുകളൊന്നുംതന്നെ ഉത്തരയ്ക്കു മനസ്സിലായില്ല. അവൾ മായയെ നോക്കി. മായ അവൾക്കരികിൽ ചെന്നിരുന്നു. എന്നിട്ട് സ്നേഹത്തോടെ പറഞ്ഞു.

"മോളേ... ഇന്നു നിന്നെ പെരുമാൾ തമ്പുരാൻ കാണാൻ വരും... ഈ മുറിയിലേക്ക്.."

ഉത്തര സംശയത്തോടെ ചോദിച്ചു. "ഈ മുറിയിലേക്കോ?"

മായ അതെയെന്ന് തലയാട്ടി എന്നിട്ടു പറഞ്ഞു.

''മോൾ വളരെ സുന്ദരിയായി അണിഞ്ഞൊരുങ്ങി വേണം നില്ക്കാൻ..''

"തമ്പുരാൻ എന്തിനാ മായമ്മേ ഇവിടേക്കു വരുന്നത്..?"

"ഞാൻ പറഞ്ഞില്ലേ... നിന്നെ കാണാൻ."

"നീയിവിടെ പുതിയ ആളല്ലേ... ബാക്കിയുള്ളവരെല്ലാം പഴയ ആളുകളല്ലേ... അതാ നിന്നെ കാണാൻ അദ്ദേഹം വരുന്നത്.." മായ പറഞ്ഞൊപ്പിച്ചു.

"വേണ്ട... എനിക്കു കാണണ്ട.. എനിക്കു അദ്ദേഹത്തെ പേടിയാ.."

ഉത്തര മുഖം വീർപ്പിച്ചു പറഞ്ഞു.

"അയ്യോ... അങ്ങനെയൊന്നും പറയരുത്.." മായ ഉത്തരയുടെ വായ് പൊത്തിക്കൊണ്ട് പറഞ്ഞു.

"അദ്ദേഹത്തിന് അനിഷ്ടം വരുന്നതൊന്നും നീ ചെയ്യുകയോ... പറയുകയോ അരുത്. അദ്ദേഹത്തിന് കോപം വരും. അദ്ദേഹം പറയുംപോലെ മോൾ അനുസരിക്കണം. ഒരു ദേവദാസിയാണ് നീ... അതു മറക്കരുത് നിന്റെ ദേവൻ പെരുമാളാണ്... അദ്ദേഹത്തിന്റെ ഇച്ഛയ്ക്കൊത്തു നില്ക്കണം.."

മായ സ്നേഹപൂർവ്വം അവൾക്ക് പറഞ്ഞു കൊടുത്തു. അതിനുശേഷം മായ അവളെ കുളിപ്പുരയിലേക്ക് കൂട്ടിക്കൊണ്ടുപോയി മഞ്ഞളും മറ്റും തേച്ച് സുഗന്ധദ്രവ്യക്കൂട്ട് ഒഴിച്ച വെള്ളത്തിൽ അവളെ കുളിപ്പിച്ചു. ശേഷം അവളെ നല്ല പട്ടുവസ്ത്രങ്ങൾ ധരിപ്പിച്ചു. ആഭരണങ്ങൾ അണിയിച്ചു. തലയിൽ മുല്ലപ്പൂവ് വച്ച് സുന്ദരിയാക്കി. എല്ലാം കഴിഞ്ഞപ്പോൾ മായ മാറി നിന്ന് ഉത്തരയെ നോക്കി. അവൾ വളരെ മനോഹരി ആയിരുന്നു. പക്ഷേ, ഒരു കശ്മലന്റെ കാല്ക്കൽ ചതഞ്ഞരയാൻ വിധിക്കപ്പെട്ട

പനിനീർപ്പൂവാണല്ലോ അവളെന്നോർത്തപ്പോൾ മായയുടെ കണ്ണുകൾ ഈറനണിഞ്ഞു. മായ ഉത്തരയെ മാറോടടക്കി നെറുകയിൽ ചുംബിച്ചു. മായയുടെ കണ്ണുകൾ നിറഞ്ഞു തുളുമ്പി. മായമ്മ എന്തിനാണ് കരയുന്നതെന്ന് ഉത്തരയ്ക്ക് ചോദിക്കണം എന്നുണ്ടായിരുന്നു. എന്നാൽ അവൾ ചോദിച്ചില്ല. ഉത്തര നിലക്കണ്ണാടിക്കു മുൻപിലേക്കു തിരിഞ്ഞു നിന്നു. അവൾ തന്റെ സൗന്ദര്യത്തിൽ അഭിമാനം കൊണ്ടു. താൻ വളരെ സുന്ദരി ആണെന്ന് അവൾ തീർച്ചപ്പെടുത്തി.

മായ മുറിയാകെ അലങ്കരിച്ചു. പട്ടു മെത്തയിൽ റോസാദളങ്ങൾ വിതറി. മുറിയിൽ സുഗന്ധദ്രവ്യങ്ങൾ പുകച്ചു. എല്ലാം ശ്രദ്ധാപൂർവ്വം ചെയ്തു. അപ്പോഴാണ് മേശമേൽ തളികയിൽ ഉത്തരയ്ക്കു കുടിക്കുവാനുള്ള പാൽ ഇരിക്കുന്നത് കണ്ടത്. മായ അതെടുത്ത് ഉത്തരയ്ക്കു സമീപം എത്തി. അവളുടെ ചുണ്ടോടടുപ്പിച്ച് നിർബ്ബന്ധിച്ച് പാൽ കുടിപ്പിച്ചു. ചുണ്ടിൽ പറ്റിയ പാൽത്തുള്ളികൾ തന്റെ സാരിത്തലപ്പുകൊണ്ട് ഒപ്പിയെടുത്തു. എന്നിട്ട് ഉത്തരയോടു പറഞ്ഞു.

“ഞാൻ പറഞ്ഞതെല്ലാം ഓർമ്മയുണ്ടല്ലോ...?” മോള് ഒരനിഷ്ടവും കാണിക്കരുത്. മായമ്മ ഇപ്പോൾ പോകുന്നു. അദ്ദേഹം അധികം വൈകാതെ വരും.

ഉത്തര തലയാട്ടി. അപ്പോൾ അവിടേക്ക് ശിവ കടന്നുവന്നു.

“അക്കേ..തമ്പുരാൻ എത്തി” എന്നറിയിച്ചു. മായ തിരിഞ്ഞു നോക്കി.

“ശരി... ശിവേ എല്ലാം തയ്യാറാണെന്നറിയിച്ചോളൂ..” മായ പറഞ്ഞു. ശിവ മുറിവിട്ടുപോയി.

മായയുടെ കണ്ണു നിറഞ്ഞു. വീണ്ടും ഉത്തരയുടെ മൂർദ്ധാവിൽ അമർത്തി ചുംബിച്ചു. എന്നിട്ട് പോകാനായി തിരിഞ്ഞു. പെട്ടെന്ന് ഉത്തര മായയുടെ കൈയിൽ പിടുത്തമിട്ടു. വെപ്രാളത്തിൽ അവൾ പറഞ്ഞു.

“അയ്യോ... മായമ്മ പോകരുത്... എനിക്ക് പേടിയാ..” അവൾ മായയെ കെട്ടിപ്പിടിച്ചു. അവളെ സ്നേഹത്തോടെ ചുംബിച്ച ശേഷം അവളെ തന്റെ ശരീരത്തിൽനിന്ന് അടർത്തി മാറ്റി. മുറിക്കു പുറത്ത് ആളനക്കം കേട്ട് മായ പുറത്തേക്കിറങ്ങി വാതിൽ ചാരി.

മുറിയുടെ വാതില്ക്കലേക്ക് പെരുമാൾ നടന്നുവന്നു. അദ്ദേഹത്തിന്റെ ഒപ്പം അകമ്പടി സേവിച്ചുകൊണ്ട് ഏതാനും ദേവദാസികളും. അവരുടെ കൈയിൽ ഉത്തരയ്ക്കുള്ള സമ്മാനങ്ങൾ അടങ്ങിയ പെട്ടികളും മറ്റും ഉണ്ടായിരുന്നു. മായ ഒരു വശത്തേക്ക് ഒതുങ്ങി നിന്നു. മായയ്ക്കരികിലേക്ക് പെരുമാൾ എത്തിയപ്പോൾ അവൾ ഭവ്യതയോടെ അദ്ദേഹത്തെ വണങ്ങി. പെരുമാൾ അവളെ ഒന്നു നോക്കിയശേഷം മുറിക്കകത്തേക്കു കയറി. കൂടെ വന്ന ദേവദാസികൾ പെട്ടികൾ മുറിയിൽ വച്ചിട്ട് പുറത്തേക്കിറങ്ങി വാതിലടച്ചു.

പതിനഞ്ച്

നേരം സന്ധ്യ കഴിഞ്ഞിരുന്നു. ഉത്തര മുറിയുടെ ഒരു കോണിൽ ജനാലക്കമ്പിയിൽ പിടിച്ചു പേടിച്ചരണ്ട ഒരു മാൻപേടയെപ്പോലെ നിന്നു. മുറിയിലേക്ക് കയറി വന്ന പെരുമാളിനെ അവൾ കണ്ടു. തന്റെ അച്ഛനെക്കാൾ വളരെ പ്രായം ഉള്ള ഒരാൾ. അയാളുടെ രൂപം തന്നെ അവളെ ഭയപ്പെടുത്തി. ആജാനുബാഹുവായ ഒരാൾ. അയാളുടെ രൗദ്രം വിളങ്ങുന്ന ഉണ്ടക്കണ്ണുകൾ ചുവന്നിരിക്കുന്നു. ഉയർന്ന പുരികങ്ങളും തടിച്ച ശരീരവും അവൾ കേട്ട എന്തോ കഥയിലെ ദുഷ്ടകഥാപാത്രത്തെ ഓർമ്മിപ്പിച്ചു. കൊമ്പൻ മീശയും മുറുക്കിച്ചുവന്നിരിക്കുന്ന ചുണ്ടുകളും അവളെ ഭയപ്പെടുത്തി. വെള്ള നിറത്തിലുള്ള കുർത്തിയും ദോത്തിയുമാണ് വേഷം. അതിലെ മേലെ കസവു നേര്യതും ധരിച്ചിട്ടുണ്ട്. തലയിൽ ഒരു തലപ്പാവും കഴുത്തിലെ ഒരു വലിയ സ്വർണ്ണ രുദ്രാക്ഷമാലയും നവരത്നമാലയും ധരിച്ചിരുന്നു. കൈവിരലുകൾ എട്ടിലും മോതിരങ്ങൾ. അവൾ അയാളെ പേടിയോടെ നോക്കി.

എന്നാൽ കേശവപ്പെരുമാളിന് വേറിട്ടൊരു അനുഭവമാണ് ലഭിച്ചത്. മുറിയിലെ അരണ്ട വെളിച്ചത്തിൽ ജനാലയ്ക്കരികിൽ ഒരു മെഴുകു പ്രതിമപോൽ മനോഹരിയായി ഉത്തര നില്ക്കുന്നു. മുറിയിലെ ദീപപ്രഭയുടെ ആളലിൽ അവൾ മിന്നിത്തിളങ്ങുന്ന ഒരു നക്ഷത്രത്തെപ്പോലെ തോന്നിച്ചു. പെരുമാൾ കട്ടിലിൽ ചെന്നിരുന്നു. ഒരു ശില കണക്കെ ജനാലയ്ക്കരികിൽ നിന്ന അവളെ അയാൾ അടുത്തേക്കു വരാൻ ആംഗ്യം കാട്ടി വിളിച്ചു. എന്നാൽ ഉത്തരയ്ക്ക് പേടി കാരണം നിന്നിടത്തു നിന്ന് ചലിക്കാൻ പോലും ആവുമായിരുന്നില്ല. അവളുടെ സംഭ്രമം മനസ്സിലാക്കിയ പെരുമാൾ അവൾക്കരുകിലേക്ക് നടന്നടുത്തു. ഉത്തരയുടെ ഹൃദയതാളത്തിനു വേഗം കൂടി. ഒരു നിമിഷം താഴെ വീണു പോകുമോ എന്നു

പോലും അവൾ ഭയപ്പെട്ടു. ഉത്തരയുടെ അടുത്തെത്തിയ പെരുമാൾ അവളുടെ ഇരുതോളിലും കൈകൾ വച്ചു. അവളെ നോക്കി. അവളുടെ അഭൗമ സൗന്ദര്യം ആസ്വദിച്ചു.

വിശാലമായ നെറ്റിത്തടം, വിടർന്ന് കൂമ്പിയ മനോഹരമായ നയനങ്ങൾ. എള്ളിൻപൂവുപോലെ സുന്ദരമായ നാസിക. അതിലെ വൈരമൂക്കുത്തി അവളുടെ മുഖസൗന്ദര്യത്തിന് മാറ്റു കൂട്ടുന്നു. കറുത്തിരുണ്ട മുടിച്ചുരുളുകളിൽ മുല്ലപ്പൂ ചൂടി മനോഹരമാക്കിയിരിക്കുന്നു. തുടുത്ത കവിൾത്തടങ്ങൾ കണ്ണാടി പോലെ മിന്നുന്നു. ചെമ്പരത്തിപ്പൂവിനെ അനുസ്മരിപ്പിക്കുംവിധമുള്ള തുടുത്ത അധരങ്ങൾ വിറകൊള്ളുന്നു. നീണ്ടു മെലിഞ്ഞ കൈകളും പ്രായത്തിൽ കവിഞ്ഞ ശരീരസൗന്ദര്യവും അയാളെ മത്തുപിടിപ്പിച്ചു. അയാൾ അവളുടെ മുഖം കൈക്കുമ്പിളിലാക്കി അവളുടെ കണ്ണുകളിലേക്കു നോക്കി. അവളുടെ കണ്ണുകൾ പേടികൊണ്ട് പിടയുന്നത് കണ്ടു...

അയാൾ അവളോട് കാമാവേശത്തോടെ ചോദിച്ചു.

“നിനക്ക് എന്നെ പേടിയാണോ...?”

അവൾ ഒന്നും മിണ്ടിയില്ല. അവളുടെ നാവിന് ചലിക്കാനാകുമായിരുന്നില്ല. അയാൾ തുടർന്നു.

“നീ വളരെ മനോഹരിയാണ്. ഇത്ര സൗന്ദര്യം ഉള്ള ഒരു പെണ്ണിനെ ഞാൻ ഇതേവരെ കണ്ടിട്ടില്ല..”

“നിന്നെ മറ്റാർക്കും ഞാൻ നല്കില്ല.”

“ഒരിക്കലും...”

അയാൾ പറഞ്ഞു. എന്നിട്ട് കുനിഞ്ഞ് അവളുടെ അധരത്തിൽ ചുംബിച്ചു. അവൾക്ക് വല്ലാത്ത വിമ്മിട്ടം അനുഭവപ്പെട്ടു. ദൈവമേ തനിക്ക് എന്താണ് സംഭവിക്കുന്നത്..? എന്തിനാണ് ഇയാൾ തന്നോട് ഇങ്ങനെ പറയുന്നത്. ഒക്കെയും ഓർത്തപ്പോൾ അവളിൽ തളർച്ച അനുഭവപ്പെട്ടു.

പെരുമാൾ അവളെ കിടക്കയിലേക്ക് ആനയിച്ചു. ഒരു യന്ത്രം കണക്കെ ഉത്തര അയാളോടൊപ്പം നടന്നു. അവളെ അയാൾ കട്ടിലിൽ ഇരുത്തി. എന്നിട്ട് മേശമേൽ ഇരിക്കുന്ന പെട്ടി തുറന്നു. അവൾക്കായി കരുതിയിരുന്ന സമ്മാനങ്ങൾ ഓരോന്നായി പുറത്തെടുത്തു. അവൾക്കു മുൻപിൽ നിരത്തി. അവയിൽ വിലപിടിച്ച ആഭരണങ്ങളും വസ്ത്രങ്ങളും ഒക്കെ ഉണ്ടായിരുന്നു. എന്നാൽ ഉത്തര അതൊന്നും തന്നെ കാണുന്നുണ്ടായിരുന്നില്ല; കാരണം അവൾക്ക് ബോദ്ധ്യമായി തനിക്ക് ആപത്ത് വരുന്നുവെന്ന്. അവൾ അയാളുടെ ചേഷ്ടകൾ മാത്രം കണ്ടു. ഒരു മാൻപേടയെ കാണുന്ന വിശന്നു വലഞ്ഞ സിംഹത്തിന്റെ കണ്ണിലെ ശൗര്യം അവൾ കാണുകയായിരുന്നു അയാളിൽ. ഉത്തരയുടെ മനസ്സ് പ്രക്ഷുബ്ധമായ ഒരു കടൽ പോലെ ആയിരുന്നു. ഈ തടവറയിൽനിന്ന്... ഈ കശ്മലന്റെ കൈയിൽനിന്ന് തനിക്ക് രക്ഷപ്പെടാൻ ആവില്ലെന്ന സത്യം അവൾ മനസ്സിലാക്കി.

പെരുമാൾ അവൾക്കരികിൽ വന്നു. അവളെ നോക്കി ചോദിച്ചു.

"എന്താണ് നിന്റെ പേര്...?"

അവൾക്ക് മിണ്ടാൻ ആവുമായിരുന്നില്ല... എങ്കിലും സർവ്വശക്തിയും സംഭരിച്ച് അവൾ പറഞ്ഞു.

"ഉത്തര.."

"ഉത്തര.." അയാൾ പ്രതിവചിച്ചു.

"മനോഹരമായ പേര്.."

അയാൾ അവളുടെ ഇരു ചുമലുകളിലും പിടിച്ച് തന്റെ ശരീരത്തോട് ചേർക്കാൻ ശ്രമിച്ചു. അവൾ തന്റെ പ്രതിഷേധം പ്രകടമാക്കി. അവൾ കുതറി മാറാൻ ശ്രമിച്ചു. പക്ഷേ, അയാളുടെ ബലിഷ്ഠമായ കരങ്ങളിൽ അവളുടെ പ്രയത്നങ്ങൾ വിഫലമായിത്തീർന്നു. അയാൾ അവളെ തന്റെ ശരീരത്തോട് വരിഞ്ഞു മുറുക്കി. അവൾക്ക് ശ്വാസം നഷ്ടപ്പെടുന്നതു പോലെ തോന്നി. അയാളിലെ പുരുഷ ഗന്ധം അവളിൽ മനംപുരട്ടൽ ഉള വാക്കുന്നതായിരുന്നു. അയാൾ അവളുടെ മാനസികാവസ്ഥയോ താല്പ ര്യമോ വകവയ്ക്കാതെ തന്റെ ദാഹം തീർക്കാനുള്ള തത്രപ്പാടിൽ അവളെ ഉപയോഗിക്കാനുള്ള ശ്രമത്തിലായിരുന്നു. പലപ്പോഴും അവൾ അയാളെ എതിർക്കാൻ ശ്രമിച്ചു. തന്റെ സമ്മതമില്ലാതെ ഒരു പുരുഷൻ തന്റെ ശരീ രത്തിൽ സ്പർശിക്കുമ്പോൾ അഭിമാനമുള്ള ഏതൊരു സ്ത്രീയും പ്രതി കരിക്കും; അവളും പ്രതികരിച്ചു. പക്ഷേ, അവൾക്ക് അതിനു കിട്ടിയ മറു പടി മുഖമടച്ചൊരടിയായിരുന്നു.

"മര്യാദയ്ക്ക് നിന്നില്ലെങ്കിൽ കൊന്നു കുഴിച്ചു മൂടും ആരും ചോദി ക്കാനില്ല ഈ പെരുമാളിനോട്..."

പെരുമാൾ മുരണ്ടു.

ഉത്തര പേടിച്ചുപോയി. അവൾ ഒരു ശവം പോലെ അയാൾക്കടി യിൽ കിടന്നു. പെരുമാൾ ഇരയെ കിട്ടിയ വ്യാഘ്രമായി മാറി. പാവം ഉത്തര ഒന്നും പ്രതികരിക്കാനാവാതെ അയാളുടെ കാമപ്പേക്കൂത്തുകൾ ഏറ്റു വാങ്ങിത്തളർന്നു. മണിക്കൂറുകൾ നീണ്ട പ്രകടനങ്ങൾ കഴിഞ്ഞ പ്പോൾ ഉത്തര വാടിയ ഒരു താമരത്തണ്ടുപോലെയായി. അവൾ നിശ്ശബ്ദ മായി തേങ്ങി... മായയുടെ കണ്ണുകൾ നിറഞ്ഞതിന്റെ കാരണം അവൾക്കു മനസ്സിലായി. ആവേശം കെട്ടടങ്ങിയപ്പോൾ ഇരയെ വിഴുങ്ങിയ പെരു മ്പാമ്പിനെപ്പോലെ പെരുമാൾ ഉത്തരയെ ചുറ്റിപ്പടർന്നു കിടന്നു. അവളുടെ മനസ്സിൽ അയാളോട് വെറുപ്പും പകയും നുരഞ്ഞു പൊന്തി... അയാ ളുടെ ഇച്ഛയ്ക്കനുസരിച്ച് ഒരു പാവയെപ്പോലെ ആടേണ്ടിവന്ന അവൾ വിങ്ങിവിങ്ങി കരഞ്ഞു.

പെരുമാളിന്റെ കൂർക്കംവലിയുടെ ശബ്ദം ഉയർന്നുയർന്നുവന്നു. അത് അവൾക്ക് അരോചകമായി തോന്നി. അയാൾ നല്ല ഉറക്കത്തിലാണ്. അവൾ പതുക്കെ അയാളിൽനിന്ന് അടർന്നു മാറി... കിടക്ക വിട്ടെഴുന്നേ റ്റു. വസ്ത്രങ്ങൾ വാരിയുടുത്തു. ശരീരത്തിന് നല്ല നൊമ്പരം, കാലെ ടുത്തു വയ്ക്കാൻ പറ്റുന്നില്ല. വേച്ചു വേച്ച് അവൾ നടന്നു ചെന്ന് ജനാല യ്ക്കരുകിൽ നിന്നു. രാവേറെ ചെന്നിരിക്കുന്നു. അവൾ ആകാശത്തേക്കു

നോക്കി. ഇന്നലെ വരെ തന്നെ നോക്കി പുഞ്ചിരി തൂകിയ നക്ഷത്രങ്ങൾ ഇന്ന് പരിഹസിച്ച് തന്നെ നോക്കി ചിരിക്കുന്നതായി അവൾക്കു തോന്നി. മേഘക്കീറിൽ ഒരു കള്ളനെപ്പോലെ ഒളിച്ചിരിക്കുന്ന ചന്ദ്രൻ. എങ്ങും കനത്ത നിശ്ശബ്ദത. ആ സമയം എവിടെയോ ഇരുന്ന് ഒരു രാപ്പുള്ള് ചിലച്ചു.

അവളുടെ കണ്ണുകൾ നിറഞ്ഞൊഴുകിക്കൊണ്ടിരുന്നു. താൻ ഇന്നലെ വരെ ഉത്തരയായിരുന്നു. അച്ഛന്റെയും അമ്മയുടെയും പൊന്നോമന. മറ്റുള്ളവരുടെ സ്നേഹഭാജനം. എന്നാൽ ഇന്ന് താൻ മറ്റാരോ ആണ്. തനിക്ക് വളരെ മാറ്റം സംഭവിച്ചിരിക്കുന്നു. അവൾ കട്ടിലിലേക്ക് നോക്കി. മുറിയിലെ അരണ്ട വെളിച്ചത്തിൽ അവൾ കണ്ടു. അയാൾ കട്ടിലിൽ നീണ്ടു നിവർന്ന് കിടന്നുറങ്ങുന്നു. അയാളുടെ ആ കിടപ്പു കണ്ടപ്പോൾ ഒരു രാക്ഷസൻ ഉറങ്ങിക്കിടക്കുന്നതുപോലെ അവൾക്കു തോന്നി. അയാൾ ഉണരാതിരുന്നെങ്കിൽ എന്ന് അവൾ ആഗ്രഹിച്ചു. ഇങ്ങനെ ഓരോന്നു ചിന്തിച്ചു നില്ക്കേ അവൾക്ക് ശരീരം തളരുന്നതുപോലെ തോന്നി. അവൾ നിലത്തേക്കുതിർന്നിരുന്നു. അവിടെയിരുന്ന് അവൾ മയങ്ങിപ്പോയി.

പുറത്തെവിടെയോ ഒരു കോഴി കൂവി. മായമ്മ ഞെട്ടിയുണർന്നു. നേരം പുലരാറായി. വളരെ വൈകിയാണ് ഉറങ്ങിയത്. ഉത്തരയെക്കുറിച്ച് ചിന്തിച്ചപ്പോൾ ഉറങ്ങാനേ കഴിഞ്ഞില്ല. "പാവം അവളുടെ സ്ഥിതി എന്താണാവോ...?" മായ കിടക്ക വിട്ടെഴുന്നേറ്റു. അവർ ഉത്തരയുടെ മുറി ലക്ഷ്യമാക്കി നടന്നു. മുറിയുടെ വാതിലിൽ എത്തി. അവർ വാതിലിനോട് ചെവി ചേർത്തു വട്ടം പിടിച്ചു. അകത്തുനിന്നും ശബ്ദം ഒന്നും കേൾക്കുന്നില്ല.... അവർ അല്പനേരം നിന്നശേഷം അവിടെ നിന്നും തിരികെപ്പോയി.

കവിളിൽ ഒരു നനുത്ത സ്പർശം അനുഭവപ്പെട്ടപ്പോഴാണ് ഉത്തര കണ്ണുതുറന്നത്. മുൻപിൽ മായമ്മ ഇരിക്കുന്നു. പെട്ടെന്ന് അവൾക്ക് സ്ഥലകാല ബോധം വന്നു. തലേരാത്രിയിലെ ഓർമ്മകൾ അവളിൽ ഞെട്ടലുളവാക്കി. അവൾ പൊട്ടിക്കരഞ്ഞുകൊണ്ട് മായയുടെ മാറിലേക്കു വീണു. മായ അവളെ ചേർത്തുപിടിച്ചു. മായയുടെ കണ്ണുകൾ നിറഞ്ഞൊഴുകി. ഉള്ളിൽനിന്നും വന്ന തേങ്ങൽ മായയുടെ നെഞ്ചിൽ കുടുങ്ങി നിന്നു. അവർ ഉത്തരയെ തഴുകിക്കൊണ്ടിരുന്നു. ഏറെനേരം അവർ അങ്ങനെ തന്നെ ഇരുന്നു.

മായ അവളെ തന്നിൽ നിന്നടർത്തി മാറ്റി. അവളുടെ മുഖം കൈയിലെടുത്തു. അവളുടെ കണ്ണുകൾ തുടച്ചു മുഖത്തൊക്കെ മുറിഞ്ഞ പാടുകൾ അവർ കണ്ടു. അവളുടെ അധരം പൊട്ടി ചോര ഉണങ്ങിയിരിക്കുന്നു. അവളുടെ ദയനീയ അവസ്ഥ കണ്ട മായയുടെ ചങ്കു തകർന്നു. എങ്കിലും അവർ അവളോടു പറഞ്ഞു.

"മോള് കരയരുത്.. ഇവിടെ എത്തിപ്പെടുന്ന ഓരോ പെണ്ണിന്റെയും ദുരവസ്ഥയാണിത്.."

"ഇതിനോട് പൊരുത്തപ്പെട്ടേ മതിയാകൂ..

നാം ഇവിടെ ഈ അവസ്ഥയിൽ ജീവിക്കുമ്പോൾ നമ്മുടെ കുടുംബം സന്തോഷമായിരിക്കുന്നു എന്ന് ആശ്വസിക്കാം. മോൾ എഴുന്നേല്ക്ക് സാര

മില്ല.. നാം ദേവദാസികളാണ്.."

മായ അവളെ സാവധാനം പിടിച്ചെഴുന്നേല്പിച്ചു. ഉത്തര പെട്ടെന്ന് കിടക്കയിലേക്ക് നോക്കി. അവിടെ ശൂന്യം... അത് മനസ്സിലാക്കി മായ പറഞ്ഞു.

"തമ്പുരാൻ കാലത്തു തന്നെ പോയി...

നിന്നെ നന്നായി നോക്കണമെന്ന് എന്നോട് പറഞ്ഞു." ഉത്തരയുടെ ചുണ്ടിന്റെ കോണിൽ പുച്ഛം കലർന്ന ഒരു ചിരി പടർന്നു. അവളുടെ മുഖം വലിഞ്ഞു മുറുകുന്നത് മായ ശ്രദ്ധിച്ചു. അവർ അവളെ കിടക്കയിൽ കൊണ്ടിരുത്തി. മായ അവളെ ശ്രദ്ധിച്ചു. ഒറ്റ രാത്രികൊണ്ട് ഉത്തര ആകെ മാറിയിരിക്കുന്നു. ഒരു വർണ്ണത്തുമ്പിയെപ്പോലെ ഇന്നലെ വരെ ഇവിടെ പാറി നടന്നിരുന്ന ആ പെൺകുട്ടിയാണ് ഇതെന്ന് വിശ്വസിക്കാൻ മായയ്ക്ക് പ്രയാസം തോന്നി. എങ്കിലും മായയ്ക്കറിയാം ഈ തടവറയിൽനിന്നു അവൾക്കിനി മോചനമില്ല... മറ്റേതു ദേവദാസികളെയുംപോലെ ഉത്തരയും ഇവിടെ തളയ്ക്കപ്പെടും. അല്ലെങ്കിൽ തെരുവിൽ തന്റെ ശരീരം വിറ്റ് ജീവിക്കേണ്ടി വരും. രണ്ടായാലും അവൾക്കു ദുഃഖം തന്നെ. അവൾ നെടുവീർപ്പിട്ടു.

ദിവസങ്ങൾ പലതും കൊഴിഞ്ഞുപോയി. ഉത്തരയ്ക്ക് ദാസിപ്പുരയിലെ ജീവിതം മടുപ്പുളവാക്കി. ആ തടവറയിൽ ആകെ ആശ്വാസം മായ മാത്രമായിരുന്നു. അവർ അവളോട് കാണിക്കുന്ന സ്നേഹം വളരെ വലുതായിരുന്നു. അവളുടെ എല്ലാ കാര്യങ്ങളിലും അവളെ പരിചരിക്കുന്ന കാര്യത്തിലും മായമ്മ വളരെ ശ്രദ്ധാലു ആയിരുന്നു. എങ്കിലും അവിടത്തെ ഏകാന്തതയും വിരഹവും അവളെ ദിനം പ്രതി മറ്റൊരാളാക്കിക്കൊണ്ടിരുന്നു. പല ദിവസങ്ങളിലും പെരുമാളിന്റെ കരാളഹസ്തങ്ങളിൽ അമരാനായിരുന്നു അവളുടെ വിധി. ഒരിക്കലും അവിടെ നിന്നോ പെരുമാളിൽനിന്നോ തനിക്ക് രക്ഷപ്പെടാനാവില്ലെന്ന് അവൾ ഉറച്ച് വിശ്വസിച്ചു. തന്റെ ജീവിതത്തിലെ വസന്തം അസ്തമിച്ചതായി അവൾ തിരിച്ചറിഞ്ഞു. യാഥാർത്ഥ്യങ്ങളുമായി എങ്ങനെയും പൊരുത്തപ്പെട്ടു ജീവിക്കുമ്പോഴാണ് അതു സംഭവിച്ചത്.

പതിനാറ്

ദാസിപ്പുരമാളികയ്ക്കു മുന്നിലെ വിശാലമായ പൂന്തോട്ടത്തിൽ ഒരു ദിവസം ഉത്തര മായയ്ക്കൊപ്പം വൈകുന്നേരം ചെടികളെ പരിപാലിക്കുകയായിരുന്നു. അപ്പോഴാണ് മാളികയോടു ചേർന്നുള്ള അതിഥി മന്ദിരത്തിൽ ഒരു കാളവണ്ടി വന്നു നിന്നത്. ഉത്തര അവിടെ നിന്നു അത് വീക്ഷിച്ചു. കാളവണ്ടിയിൽ നിന്നു ഒരു മദ്ധ്യവയസ്കൻ ഇറങ്ങി. ആ മുഖം ഉത്തരയ്ക്ക് പെട്ടെന്ന് മനസ്സിലായി. അന്ന പൗർണ്ണമി ദിവസം തന്റെ അച്ഛന്റെ പക്കൽനിന്നും തന്നെ ഇവിടേക്കു കൊണ്ടുവന്ന ആൾ.. അയാൾ ഇനിയും ആരെയെങ്കിലും കൊണ്ടുവന്നതായിരിക്കുമോ ഇവിടേക്ക്.. "ദുഷ്ടൻ" അവൾ മനസ്സിൽ വിചാരിച്ചു. അപ്പോഴാണ് വണ്ടിയിൽനിന്നും ഒരു ചെറുപ്പക്കാരൻ ഇറങ്ങിയത്. ആ മുഖം കണ്ടതും അവളുടെ ഓർമ്മയിൽ ഒരു തിളക്കം അനുഭവപ്പെട്ടു. അവൾക്ക് ആ മുഖം മനസ്സിലായി. പണ്ട് നൃത്തപഠനം കഴിഞ്ഞ് വീട്ടിലേക്ക് പോകുമ്പോൾ ആൽത്തറയിൽ തങ്ങളെ നോക്കി നില്ക്കാറുള്ള രണ്ടു ചെറുപ്പക്കാരിൽ ഒരുവൻ. അവന്റെ തോളൊപ്പം നീണ്ടു കിടക്കുന്ന ഇടതൂർന്ന മുടിയും തിളക്കമാർന്ന കണ്ണുകളും അന്നേ തന്നെ ആകർഷിച്ചതാണ്. വളരെ സുന്ദരനായിരുന്ന കൗമാരക്കാരൻ ഇപ്പോൾ വളർന്നു. ചുണ്ടിനു മുകളിൽ വളർന്നു നില്ക്കുന്ന നനുത്ത മീശ അവനെ ഇപ്പോൾ കൂടുതൽ സുന്ദരനാക്കിയിരിക്കുന്നു. അവൻ യുവത്വത്തിലേക്ക് കടന്നു തുടങ്ങിയിരിക്കുന്നു. "ഇവിടെ എന്തിനായിരിക്കും ഇവർ വന്നിരിക്കുന്നത്...?" ഇങ്ങനെ ചിന്തിച്ചു നില്ക്കവേ അവർ അതിഥി മന്ദിരത്തിലേക്ക് കയറിപ്പോയി. പെട്ടെന്ന് മായയുടെ ശബ്ദം ഉത്തരയിൽ സ്ഥലകാലബോധം ഉളവാക്കി.

"ഉത്തരേ... നമുക്കു പോകാം വരൂ.."

അവർ രണ്ടുപേരും ദാസിപ്പുരയിലേക്കു കയറിപ്പോയി. ഉത്തര

അപ്പോഴേക്കും തിരിഞ്ഞു നോക്കുന്നുണ്ടായിരുന്നു. പക്ഷേ, മായ അതു ശ്രദ്ധിച്ചില്ല.

ഉത്തര തിടുക്കത്തിൽ തന്റെ മുറിയിൽ എത്തി. ജനാലയ്ക്കരുകിൽ ചെന്ന് താഴേക്ക് നോക്കി. അല്പനേരം കഴിഞ്ഞപ്പോൾ അവർ അതിഥി മന്ദിരത്തിൽനിന്ന് ഇറങ്ങി വരുന്നത് അവൾ കണ്ടു. ആ കാളവണ്ടിയിൽ കയറി അവർ പോയി. അവൾ അതും നോക്കി നിന്നു. ഒരു ശില കണക്കെ... അവളുടെ മനസ്സിൽ ഒരുപാട് ചോദ്യങ്ങളുയർന്നു. ആരാണ് അവൻ..? എന്തിനാണ് ഇവിടെ വന്നത്..? കൂടെ വന്ന ആൾ അവന്റെ അച്ഛനോ മറ്റോ ആണോ...? പക്ഷേ, അതൊന്നും ആരോടും ചോദിക്കാൻ അവൾക്ക് തോന്നിയില്ല. അവൾ ആകെ അസ്വസ്ഥയായി. എന്നോ ഒരിക്കൽ വഴിയിൽ കാത്തുനിന്ന ആ കണ്ണുകൾ അവളുടെ മനോമുകുരത്തിൽ ചാഞ്ചാടി നിന്നു. താൻ അറിയാതെ അവനെ സ്നേഹിച്ചിരുന്നു എന്ന സത്യം അവൾ തിരിച്ചറിഞ്ഞു. പക്ഷേ, തനിക്ക് അവൻ ആരാണെന്നോ എന്താണെന്നോ അറിയില്ലായിരുന്നു. അസ്വസ്ഥതകൾ നിറഞ്ഞ മനസ്സുമായി അവൾ കിടക്കയിലേക്കു ചാഞ്ഞു.

പതിനേഴ്

കേശവപ്പെരുമാളിന്റെ വീട്. പടിപ്പുര കടന്ന് ഒരു കാളവണ്ടി വന്ന് മുറ്റത്തിന്റെ ഒരു കോണിലായി നിന്നു. കാളവണ്ടിയിൽനിന്ന് കൗശികനും സുദേവനും ഇറങ്ങി. അപ്പോൾ നേരം സന്ധ്യയോടടുത്തിരുന്നു.

മട്ടുപ്പാവിൽ ഉലാത്തിക്കൊണ്ടിരുന്ന കേശവപ്പെരുമാൾ ആ കാഴ്ച കണ്ട് നടത്തം മതിയാക്കി നിന്നു. എന്നിട്ട് ഘനഗംഭീരമായ ശബ്ദത്തിൽ വിളിച്ചു. കൗശികൻ മുകളിലേക്ക് നോക്കി, മട്ടുപ്പാവിൽ പെരുമാൾ നില്ക്കുന്നത് കണ്ടു.

"ങും ഇവിടേക്ക് വരൂ.."

കൗശികനെ നോക്കി പെരുമാൾ വിളിച്ചു. കൗശികൻ അവിടേക്ക് നടന്നു. സുദേവൻ അതു ശ്രദ്ധിക്കാതെ തന്റെ മുറിയിലേക്ക് പോയി. കൗശികൻ പെരുമാളിന്റെ സമീപം ചെന്ന് ഉത്തരവിനായി കാത്തുനിന്നു.

"കൗശികാ.. പോയ കാര്യങ്ങളൊക്കെ ഭംഗി ആണല്ലോ... അല്ലേ?"

പെരുമാൾ കൗശികനോട് ചോദിച്ചു.

"എല്ലാം ഭംഗിയായി നടത്തി തമ്പുരാൻ" കൗശികൻ വിനയം കലർന്ന സ്വരത്തിൽ പറഞ്ഞു.

"ങും... സുദേവനെ എന്തിനാണ് കൂട്ടിക്കൊണ്ടുപോയത്..? അവൻ കുട്ടിയല്ലേ.. കൗശികനാണ് അവനെ വഷളാക്കുന്നത്... ഇനി ഇതു വേണ്ട.."

പെരുമാൾ താക്കീതിന്റെ സ്വരത്തിൽ പറഞ്ഞു. ഇതു കേട്ടതും കൗശികന് എന്തെന്നില്ലാത്ത വിഷമം തോന്നി. അയാൾ പറഞ്ഞു.

"കുട്ടൻ വാശി പിടിച്ചപ്പോൾ എനിക്കു കൂട്ടാതിരിക്കാനായില്ല... അമ്മയില്ലാത്ത കുട്ടിയല്ലേ.. കുറച്ചധികം ലാളിച്ചിട്ടുണ്ട്. തമ്പുരാൻ പൊറുക്കണം.." ഇതു കേട്ടതും പെരുമാൾ സൗമ്യനായി.

"ശരി... കൗശികൻ വിഷമിക്കാനല്ല പറഞ്ഞത് അവൻ ദാസിപ്പുര

യിൽ പോകുന്നത് ശരിയല്ല.. അതിനായി ഒരവസരം വേണ്ട.. ശരി.. നീ പൊയ്ക്കോളൂ."

കൗശികൻ തിരികെ താഴേക്ക് ഇറങ്ങിപ്പോയി.

അപ്പോഴാണ് പടിപ്പുര കടന്നു വരുന്നയാളിനെ കൗശികൻ ശ്രദ്ധിച്ചത്. കുറുക്കൻ കണ്ണുകളും, നീണ്ടു വളഞ്ഞ മൂക്കും, മെലിഞ്ഞതെങ്കിലും ഉറച്ച ശരീരവും ഉള്ള സുരുചി ആയിരുന്നു അത്. പെരുമാളിന്റെ വിശ്വസ്ത ചാരൻ. സുരുചിയുടെ കണ്ണുകൾ കാണുന്നതും ചെവികൾ കേൾക്കുന്നതുമായ എല്ലാം പെരുമാൾ അറിഞ്ഞിരിക്കും. വളരെ കൂർമ്മബുദ്ധിയുള്ള അയാളെ എല്ലാവർക്കും ഭയവും വെറുപ്പുമായിരുന്നു. കൗശികനും അയാളെ ഇഷ്ടമല്ലായിരുന്നു. എന്നാലത് പുറമെ ഭാവിക്കില്ലായിരുന്നു.

കൗശികനും സുരുചിയും നേർക്കുനേർ കണ്ടു. കൗശികനെ കണ്ടതും സുരുചിയുടെ കണ്ണുകൾ കുറുകി. മുഖം വലിഞ്ഞു മുറുകി. ചുണ്ടിന്റെ കോണിൽ ഒരു പരിഹാസച്ചിരി പടർന്നു. കൗശികനും അയാളെ കാണുന്നത് ചതുർത്ഥിയായിരുന്നു. കൗശികന്റെ മുഖത്തും നീരസം കാണപ്പെട്ടു എങ്കിലും അയാൾ മുഖത്ത് ഒരു ചിരി വരച്ചു വച്ചു. സുരുചിയുടെ അടുത്ത് കൗശികൻ എത്തിയതും അയാൾ പുച്ഛ സ്വരത്തിൽ പറഞ്ഞു.

"എന്തൊക്കെയുണ്ട് കൗശികാ... വാർത്തകൾ..? എല്ലാവർക്കും സുഖം തന്നെയല്ലേ..?"

സുരുചിയുടെ ചോദ്യം കേട്ടതും കൗശികൻ അതേ നാണയത്തിൽ തിരിച്ചടിച്ചു,

"സുഖമായാലും ദുഃഖമായാലും സന്തോഷിക്കുന്നവനല്ലേ നീ... സന്തോഷമുള്ളിടത്ത് ദുഃഖം വിതയ്ക്കുന്നവൻ.."

കൗശികൻ പറഞ്ഞതുകേട്ട് ഒരു പരിഹാസച്ചിരിയോടെ പതിഞ്ഞ സ്വരത്തിൽ സുരുചി പറഞ്ഞു.

"അതെ... അതെന്റെ തൊഴിലാണ്. പെരുമാൾ തമ്പുരാനോട് സുരുചിക്കുള്ള കൂറ്.." അയാൾ തുടർന്നു.

"സുരുചിയുടെ കണ്ണും കാതും വെട്ടിച്ച് സുരുചിക്ക് ജീവനുള്ളിടത്തോളം കാലം ഒന്നും ചെയ്യാൻ ആർക്കും സാധിക്കില്ല. കൗശികാ ഓർമ്മ വച്ചോ..."

ഇതും പറഞ്ഞ് അയാൾ കൗശികനെ നോക്കി വന്യമായ ചിരിയോടെ അവിടെനിന്നും നടന്നകന്നു. കൗശികൻ സുരുചിയെ ഒരു നിമിഷം വെറുപ്പോടെ നോക്കി നിന്നു. എന്നിട്ട് നടന്നകന്നു.

ദൂരെയുള്ള ഏതോ ഗ്രാമത്തിൽനിന്ന് വർഷങ്ങൾക്കു മുൻപ് പെരുമാളിന്റെ തറവാട്ടിൽ എത്തിയതാണ് സുരുചി. അന്നുമുതൽ തന്നെ പെരുമാളിനോട് വളരെയധികം വിധേയത്വം പുലർത്തിയാണ് സുരുചി ജീവിച്ചത്. പെരുമാളിനു വേണ്ട ചാരപ്പണി ചെയ്യുക എന്നതായിരുന്നു സുരിചിയുടെ വിനോദം. എല്ലാവരെയും അയാൾ സംശയദൃഷ്ടിയോടെയാണ് വീക്ഷിച്ചിരുന്നത്. എന്തുതന്നെ ആയാലും പെരുമാളിന് സുരുചിയിൽ നല്ല വിശ്വാസം ആയിരുന്നു. അതിന് ഒരു ഉടവും തട്ടാതെ സുരുചി ഇത്രയും കാലം ഇവിടെ വസിക്കുന്നു. പെരുമാളിന്റെ വിശ്വസ്തനായ അയാളെ മറ്റുള്ളവർക്കൊക്കെ വെറുപ്പു കലർന്ന പേടിയായിരുന്നു.

പതിനെട്ട്

നേരം ഉച്ച തിരിഞ്ഞിരിക്കുന്നു. ദാസിപ്പുരമാളിക അലങ്കരിക്കുന്ന തിരക്കിലാണ് എല്ലാവരും. ഇന്ന് അവിടെ ഉത്സവമാണ്. പെരുമാൾ തന്റെ സുഹൃത്തുക്കളായ മറ്റ് പ്രമാണിമാരോടൊപ്പം ഉല്ലസിക്കുന്ന ദിവസം. കള്ളു സഭയും ചൂതാട്ടവും പിന്നെ ദാസിപ്പുരയിലെ പെണ്ണും ഒക്കെയായി പെരുമാൾ സുഹൃത്തുക്കളോടൊപ്പം ആഘോഷിക്കുന്ന ദിവസം.

ദാസിപ്പുരമാളികയുടെ പടിപ്പുര കടന്ന് അലങ്കരിച്ച കാളവണ്ടികളും, കുതിരവണ്ടികളും എത്തിക്കൊണ്ടിരുന്നു. അവയിൽനിന്നൊക്കെ പ്രമാണിമാർ ഇറങ്ങി. അവരെ സ്വീകരിക്കാൻ ദേവദാസികൾ അണിഞ്ഞൊരുങ്ങി നിന്നു. അവർ അവരെ അതിഥിമന്ദിരത്തിലേക്ക് ആനയിച്ചു.

ആ രാവിൽ ദാസിപ്പുരയിലെ അലങ്കരിച്ച വിശാലമായ പ്രധാന മുറിയിൽ നൃത്തവും പാട്ടും സംഗീതവും ചേർന്ന ഒരു വലിയ ആഘോഷമാണ്. അതിനു മേമ്പൊടിയായി മദ്യസേവയും. അന്നേദിവസം പെരുമാൾ തനിക്ക് പ്രിയങ്കരിയായ ദേവദാസിയെ മാത്രം ആ സഭയിലേക്ക് ക്ഷണിക്കില്ല. അത് ഒരു ദേവദാസിക്ക് കിട്ടുന്ന അംഗീകാരമായിട്ടാണ് അവർ കണക്കാക്കിയിരുന്നത്. അന്നും പതിവുപോലെ ആഘോഷങ്ങൾ നടന്നു. എന്നാൽ ഉത്തരയ്ക്ക് ആ സഭയിൽ ആടേണ്ടതായി വന്നില്ല. അത് ഉത്തരയ്ക്കു മാത്രമല്ല മായമ്മയിലും സന്തോഷമുളവാക്കി.

പത്തൊൻപത്

കാലങ്ങളും ഋതുക്കളും അതിവേഗം കടന്നുപോയി അതനുസരിച്ച് മാറ്റങ്ങളും വന്നുചേർന്നു. സുദേവൻ ഇപ്പോൾ ഒരു യുവാവായി മാറിയിരിക്കുന്നു. അവനിൽ വളരെയധികം മാറ്റങ്ങൾ സംഭവിച്ചു. ആളുകളോട് ദയ, സ്നേഹം, അനുകമ്പ ഇവയൊക്കെ അനുദിനം വർദ്ധിച്ചുവന്നു. അതുപോലെതന്നെ തെറ്റുകൾക്കെതിരെ പ്രതികരിക്കാനുള്ള മനസ്സും തന്റേടവും അവൻ കാണിച്ചു തുടങ്ങി. പെരുമാളിന്റെ പല രീതികളോടും അവന് എതിർപ്പായിരുന്നു. എങ്കിലും പലതും അവൻ കണ്ടില്ല കേട്ടില്ല എന്നു നടിച്ചു.

കൗശികനും പ്രായം ഏറി, പക്ഷേ, സുദേവനുമായുള്ള അടുപ്പത്തിനു ഒരു കുറവും സംഭവിച്ചില്ല.

സുരുചിയുടെ വാക്കുകൾ പലപ്പോഴും പെരുമാളിനെ നീച പ്രവൃത്തികളിലേക്ക് നയിച്ചു. അങ്ങനെ കാലം കടന്നുപോയി.

ഒരു ദിവസം നേരം പുലർന്നു വരുന്നതേയുള്ളൂ. പെരുമാൾ വീടിന്റെ ഉമ്മറത്ത് ഒരു ചാരുകസേരയിൽ ചാരിക്കിടക്കുന്നു. മുറ്റത്ത് പെരുമാളിന്റെ അടിയാളുകൾ പലവിധ ജോലികളിൽ ഏർപ്പെടാൻ തയ്യാറെടുക്കുന്നു. കുറച്ചുപേർ പണിയായുധങ്ങളും പേറി വയലിൽ പണിക്കു പോകാനായി ഇറങ്ങി. കുറച്ചുപേർ പെരുമാളിനെ കണ്ട് സങ്കടം ഉണർത്തിക്കാൻ കാത്തുനിന്നു.

അവരിൽനിന്ന് ഒരാൾ മുൻപോട്ടു വന്ന് പെരുമാളിനെ താണുവണങ്ങി. ഫ്യൂഡലിസത്തിന്റെ മേല്ക്കോയ്മ ഇന്ത്യയിൽ കത്തി നില്ക്കുന്ന കാലം. ഉള്ളവനും ഇല്ലാത്തവനും തമ്മിൽ വളരെ അന്തരം ഉള്ള കാലം. വന്നയാൾ കേശവപ്പെരുമാളിന്റെ പാടത്ത് വർഷങ്ങളായി പണിയെടുക്കുന്ന കേശു ആയിരുന്നു. കേശുവിനെ കണ്ടതും കേശവപ്പെരുമാൾ ചോദിച്ചു.

"എന്താ കേശു വിശേഷിച്ച്...?"

"തമ്പുരാനേ അടിയന്റെ മകളുടെ കല്യാണമാണ്.." കേശു താഴ്മ യോടെ പറഞ്ഞു. ഇതുകേട്ട് പെരുമാൾ പുച്ഛസ്വരത്തിൽ ചോദിച്ചു.

"കല്യാണമോ..?" ചുറ്റും നില്ക്കുന്ന ശിങ്കിടികളെ നോക്കിയിട്ട് പെരു മാൾ പരിഹസിച്ചു ചിരിച്ചു. കൂടെ മറ്റുള്ളവരും.

"നിന്റെ മകളെ ദേവദാസിയാക്കി നാടിനെ രക്ഷിക്കാൻ ഞാൻ ആവ ശ്യപ്പെട്ടിട്ട്... ചെയ്തില്ല ഒും.. കൗശികന്റെ അടുത്തേക്ക് ചെല്ലൂ.."

കേശു തൊഴു കൈകളോടെ പിൻവാങ്ങി കൗശികന്റെ അടുത്തേക്കു പോയി..

അടുത്തയാളിന്റെ ഊഴമായി. അയാൾ പെരുമാളിന്റെ കാല്ക്കലേക്കു വീണുകൊണ്ട് അപേക്ഷിച്ചു.

"തമ്പുരാനേ... അടിയനോടു ക്ഷമിച്ചാലും അടിയന് തെറ്റുപറ്റി. പൊറു ത്തുതരണം." വലിയ വായിൽ നിലവിളിക്കുന്ന അയാളെ പെരുമാൾ കാലു കൊണ്ട് തട്ടി മാറ്റി, എന്നിട്ട് ദേഷ്യത്തോടെ പുലമ്പി.

"ധിക്കാരീ... നിനക്ക് എന്റെ മുൻപിൽ വരാൻ എങ്ങനെ ധൈര്യം വന്നു..? എന്നെ ധിക്കരിച്ച് നീ അഭയം തേടിച്ചെന്നവൻ എവിടെ? നിന്നെ തുണച്ചില്ലേ..? എന്റെ കൺവെട്ടത്ത് കണ്ടുപോകരുത് നിന്നെ. കടന്നു പോകൂ.."

പെരുമാൾ ക്രുദ്ധനായി തന്റെ മല്ലന്മാരോട് കണ്ണു കാണിച്ചു. അവർ അയാളെ തൂക്കിയെടുത്ത് പടിക്കു പുറത്താക്കി. അയാൾ പടിപ്പുരയിൽ ഇരുന്ന് എല്ലാം നഷ്ടപ്പെട്ടവനെപ്പോലെ കരയാൻ തുടങ്ങി. അപ്പോഴാണ് അതുവഴി സുദേവൻ കടന്നുവന്നത്. പതുക്കെ അവൻ അയാളുടെ അടു ത്തേക്കു ചെന്നു. കാര്യം തിരക്കി. അയാൾ തന്റെ ദുരവസ്ഥ സുദേവ നോടു പറഞ്ഞു.

കഴിഞ്ഞ ഒരു തവണ വിളവു കുറഞ്ഞതിന്റെ പേരിൽ പെരുമാൾ അടുത്തതവണ അയാൾക്ക് വിത്തുകൊടുത്തില്ല. മാത്രമല്ല അയാളെ ആട്ടി പ്പായിക്കുക കൂടി ചെയ്തു. കൃഷിക്കാരൻ മറ്റൊരു പ്രമാണിയായ വീരഭ ദ്രനെ സമീപിച്ചു. അയാൾ വിത്തു കൊടുത്തു. കൃഷിക്കാരൻ കൃഷിയിറ ക്കി. പെരുമാൾ പക്ഷേ, അയാളോട് പ്രതികാരം ചെയ്തു. അയാളുടെ കൃഷിയിടത്തിലേക്കു വെള്ളം വരുന്ന സ്രോതസ്സുകൾ തിരിച്ചുവിട്ടു. അങ്ങനെ അയാൾ വീണ്ടും കഷ്ടത്തിലായി. ആ അവസരത്തിലാണ് അയാൾ വീണ്ടും പെരുമാളിന്റെ അടുത്തേക്ക് അഭയം തേടിയെത്തിയ ത്. അപ്പോൾ കിട്ടിയതോ പടിക്കു പുറത്താക്കലും.

അയാളുടെ കഥ കേട്ടതും സുദേവന് അയാളോട് സഹതാപം തോന്നി. അവൻ ആ സാധുവിനെ തോളിൽ തട്ടി ആശ്വസിപ്പിച്ചുകൊണ്ട് പറഞ്ഞു.

"വിഷമിക്കേണ്ട.. ഞാൻ അച്ഛനോട് സംസാരിക്കാം... കൃഷിയിറ ക്കാൻ വേണ്ട സഹായം ചെയ്യിക്കാം. ഇപ്പോൾ ധൈര്യമായി വീട്ടിലേക്കു പോകൂ.."

അയാൾ സുദേവനെ നോക്കി ആ കണ്ണുകളിൽ കാരുണ്യം കരകവി ഞ്ഞൊഴുകുന്നത് കണ്ടു. സുദേവൻ തന്റെ കുപ്പായത്തിന്റെ കീശയിൽ ഉണ്ടായിരുന്ന ചെറിയ സംഖ്യ ആ സാധുവിനു കൊടുത്തു. അയാൾ നന്ദിയോടെ അതു വാങ്ങി. എന്നിട്ടു പറഞ്ഞു.

"കൊച്ചുതമ്പുരാനു നല്ലതുവരട്ടെ" അയാൾ അവിടെ നിന്നും പതുക്കെ നടന്നു. ആ കാഴ്ച ചെറുചിരിയോടെ നോക്കി സുദേവൻ നിന്നു. ഇതെല്ലാം വീക്ഷിച്ചുകൊണ്ട് രണ്ടു കഴുകൻ കണ്ണുകൾ അവിടെ ഉണ്ടായിരുന്നു. അത് മറ്റാരുമായിരുന്നില്ല. സുരുചി. അയാൾ അവിടെ നടന്ന സംഭാഷണങ്ങൾ ഒളിച്ചുനിന്നു കേട്ടു. തന്റെ അച്ഛനെ ധിക്കരിച്ച് അയാൾക്കു നല്കിയ വാക്കിനെക്കുറിച്ചും സഹായത്തെക്കുറിച്ചും പെരുമാളിനെ ധരിപ്പിക്കുവാൻ അയാൾ ഉറച്ചു. അത് അറിയിക്കുവാനായി പെരുമാളിന്റെ അടുത്തേക്കു ചെന്ന സുരുചി അവിടെ കൗശികനെ കണ്ട് തിരികെപ്പോയി.

അങ്ങനെ ദിവസങ്ങൾ കൊഴിഞ്ഞുപോയി കൗശികന് ഒരുദിവസം ദാസിപ്പുരയോടു ചേർന്നുള്ള അഗതി മന്ദിരത്തിൽ എന്തോ ആവശ്യത്തിനായി പോകുവാൻവേണ്ടി കാളവണ്ടിയിൽ കയറി. അപ്പോൾ അവിടേക്കുവന്ന സുദേവൻ കൗശികൻ എവിടേക്കോ യാത്ര പുറപ്പെടുകയാണെന്നു മനസ്സിലായി അയാളോടു ചോദിച്ചു.

"കൗശികാ എവിടേക്കാണ്..? ഞാനും വരുന്നു നില്ക്കൂ..?"

സുദേവൻ തിരിഞ്ഞു നോക്കിക്കൊണ്ട് കൗശികൻ പറഞ്ഞു:

"വേണ്ട കുട്ടൻ വരണ്ട.. അച്ഛൻ തിരക്കും."

സുദേവൻ അതു വകവയ്ക്കാതെ ഓടിവന്ന് വണ്ടിയിൽ കയറി എന്നിട്ടു പറഞ്ഞു.

"ഞാനും വരുന്നു.. കൗശികനൊപ്പം.." കൗശികന് ദേഷ്യം വന്നു, അതു പ്രകടിപ്പിച്ചുകൊണ്ട് അയാൾ പറഞ്ഞു.

"കുട്ടന് പറഞ്ഞാൽ മനസ്സിലാവില്ല എന്നുണ്ടോ..?" സുദേവൻ അതു കേട്ടഭാവം നടിക്കാതെ കൗശികനരികിലേക്ക് ചേർന്നിരുന്നു. കൗശികൻ അപ്പോൾ ദേഷ്യം ഭാവിച്ച് മിണ്ടാതിരുന്നു.

കാളവണ്ടി ദാസിപ്പുരമാളികയ്ക്കു മുന്നിൽ ചെന്നു നിന്നു. കൗശികൻ ആദ്യം ഇറങ്ങി സുദേവനോട് ദേഷ്യം നടിച്ച് മിണ്ടാതെ അതിഥി മന്ദിരത്തിലേക്ക് കയറിപ്പോയി. സുദേവൻ സാവധാനം പുറത്തിറങ്ങി ചുറ്റുപാടും വീക്ഷിച്ചു. ഒന്നുരണ്ടു തവണ താൻ അവിടെ വന്നിട്ടുണ്ടെങ്കിലും ഇന്നാണ് ഇവിടം ഇത്ര ഭംഗിയുള്ളതാണെന്ന് തോന്നുന്നത്. സുദേവന്റെ കണ്ണുകൾ അവിടമാകെ സഞ്ചരിച്ചു. അപ്പോഴാണ് സുദേവൻ ആ കാഴ്ച കാണുന്നത്. ഉദ്യാനത്തിൽ ചെടികളെ പരിപാലിച്ചുകൊണ്ട് രണ്ട് സ്ത്രീകൾ... അതിൽ ഒരുവളുടെ മുഖം സുദേവന്റെ മനസ്സിലുടക്കി. തനിക്ക് വളരെ പരിചിതമായ മുഖം. ആ കണ്ണുകൾ അവന് ഒരിക്കലും മറക്കാൻ കഴിയുന്നതായിരുന്നില്ല. അവന് അവളെ പെട്ടെന്ന് ഓർമ്മവന്നു. അതേ.. അതവൾതന്നെ തന്റെ മനസ്സിനെ വളരെ നാൾ അസ്വസ്ഥമാ

ക്കിയ ആ മുഖം അവൻ തിരിച്ചറിഞ്ഞു. അവന്റെ മനസ്സിൽ ഒരായിരം പൂത്തിരി ഒന്നിച്ചു കത്തി. താൻ ഇത്രനാൾ തേടിയത് ഇതാ തന്റെ കാല്ച്ചുവട്ടിൽ.. അവന് സന്തോഷം അടക്കുവാൻ ആയില്ല. അവൻ അവളുടെ അടുത്തേക്ക് നടന്നു.

തന്റെ അടുത്തേക്ക് ഒരു ചെറുപ്പക്കാരൻ നടന്നുവരുന്നത് ഉത്തര കണ്ടു. ഉത്തരയ്ക്ക് പെട്ടെന്ന് തന്നെ ആളെ മനസ്സിലായി. അവന്റെ കണ്ണുകളിലെ തീക്ഷ്ണത അവൾ തിരിച്ചറിഞ്ഞു. അവൻ എന്തിനാവും തന്റെ അടുത്തേക്കു വരുന്നത്...? ഉത്തരയ്ക്കു തെല്ലു പരിഭ്രമം അനുഭവപ്പെട്ടു. അവൻ അവളുടെ തൊട്ടടുത്തെത്തി... അവരുടെ നയനങ്ങൾ ഒരു നിമിഷം ജന്മാന്തരങ്ങളുടെ കഥ പറഞ്ഞു. പെട്ടെന്ന് ഉത്തര ദൃഷ്ടി മാറ്റി, ഗൗരവത്തോടെ നിന്നു. ഉത്തരയെ നോക്കി ചിരപരിചിതനെപ്പോലെ സുദേവൻ ചോദിച്ചു.

"അല്ലയോ സുന്ദരീ.. നീയെന്താണിവിടെ..?"

ഉത്തര സഗൗരവം തിരിച്ചു ചോദിച്ചു "എന്തുവേണം നിങ്ങൾക്ക്..?"

"ആരാണ് നിങ്ങൾ..?"

സുദേവൻ അതു കാര്യമാക്കാതെ പുഞ്ചിരിയോടെ പറഞ്ഞു.

"ഞാൻ ആരുമായിക്കൊള്ളട്ടെ. എനിക്ക് നിന്നെ വളരെ പണ്ടേ പരിചയം ഉണ്ട്."

ഉത്തര യാതൊരു ഭാവവ്യത്യാസവും കൂടാതെ പറഞ്ഞു.

"എനിക്ക് നിങ്ങളെ അറിയില്ല."

"എന്തിനാണ് നിങ്ങൾ എന്റെ അടുത്തേക്ക് വന്നത്..?"

സുദേവൻ അവൾ പറഞ്ഞതൊന്നും കാര്യമാക്കാതെ ചോദിച്ചു.

"നീ ഇവിടെ എങ്ങനെ എത്തി.? എനിക്കൊന്നും മനസ്സിലാകുന്നില്ല."

അതിഥി മന്ദിരത്തിൽനിന്ന് പുറത്തുകടക്കവേ കൗശികൻ സുദേവൻ എവിടെ എന്നറിയാനായി അവിടെയെല്ലാം നോക്കി. അപ്പോൾ കണ്ട കാഴ്ച അയാളെ ഞെട്ടിച്ചു കളഞ്ഞു. ദേവദാസിയുമായി കുട്ടൻ സംസാരിച്ചു നില്ക്കുന്നു. ഈശ്വരാ ഈ കാഴ്ച എങ്ങാനും ആ സുരുചി കണ്ടാൽ എല്ലാം തീർന്നു. അയാൾ മനസ്സിൽ പറഞ്ഞു. പെട്ടെന്നുതന്നെ അയാൾ സുദേവനെ ഉച്ചത്തിൽ വിളിച്ചു.

"കുട്ടാ..."

സുദേവൻ തിരിഞ്ഞുനോക്കി കൗശികനെ അവൻ കണ്ടു. അവളും... ഉത്തര പെട്ടെന്ന് തിരികെ ഓടിപ്പോയി. മായയും അത് ശ്രദ്ധിച്ചു. ഓടിപ്പോകുന്ന ഉത്തരയെ ഒരു നിമിഷം നോക്കിയിട്ട് സുദേവൻ തിരികെ നടന്നു കൗശികന്റെ അടുത്തെത്തി. കൗശികൻ ദേഷ്യത്തോടെ സുദേവനെ നോക്കി. സുദേവന്റെ മുഖത്ത് അപ്പോഴും പുഞ്ചിരി കളിയാടുന്നുണ്ടായിരുന്നു. കൗശികൻ ദേഷ്യത്തോടെ പറഞ്ഞു.

"കുട്ടൻ ഇവിടേക്കു വരാൻ പാടില്ലായിരുന്നു..."

അതൊന്നും കാര്യമാക്കാതെ സുദേവൻ കൗശികനോടു ചോദിച്ചു.

"കൗശികാ... ആരാണവൾ?

എനിക്കറിയാം അവളെ ഞാൻ പലവട്ടം കണ്ടിട്ടുണ്ട്.. അവൾ ഇവിടെ എങ്ങനെ എത്തി..?"

കൗശികന് മനോനില തെറ്റുന്നതുപോലെ തോന്നി. കുട്ടനോട് താൻ ഇതിനൊക്കെ എങ്ങനെ മറുപടി കൊടുക്കും. സുദേവനെ അയാൾ നോക്കി. അവന്റെ മുഖത്തെ ഗാംഭീര്യം അയാളെ ഒന്നു ഭയപ്പെടുത്തി. എങ്കിലും അതു വകവയ്ക്കാതെ അയാൾ പറഞ്ഞു.

"കുട്ടാ എനിക്കൊന്നും അറിയില്ല. കുട്ടൻ ആവശ്യമില്ലാത്ത കാര്യങ്ങൾ തിരക്കരുത്... നമുക്ക് വേഗം മടങ്ങാം അതാ നല്ലത്.."

അയാൾ ധൃതിയിൽ നടന്നു. എന്നാൽ സുദേവൻ പിന്മാറാൻ ഒരുക്കമല്ലായിരുന്നു. അവൻ അയാളെ തടഞ്ഞു എന്നിട്ട് പറഞ്ഞു.

"എനിക്ക് അവളെ ഒരിക്കൽക്കൂടി കാണണം. കണ്ടേ പറ്റൂ എനിക്കവളോട് സംസാരിക്കണം." കൗശികൻ ധർമ്മസങ്കടത്തിലായി.

"കുട്ടാ... നമുക്ക് പോകാം. അദ്ദേഹമെങ്ങാനും ഇതറിഞ്ഞാൽ.. ഈശ്വരാ.." അയാൾ കേണു.

"ശരി ഞാൻ വരാം. പക്ഷേ, കൗശികൻ പറയണം അവളെക്കുറിച്ച്.. അവൾ ഇവിടെ എത്തിയതിനെക്കുറിച്ച്..." ഗത്യന്തരമില്ലാതെ കൗശികൻ പറഞ്ഞു.

"ശരി ഞാൻ എല്ലാം പറയാം. കുട്ടൻ വരൂ... നമുക്ക് പെട്ടെന്ന് മടങ്ങാം.. ആ സുരുചി എങ്ങാനും ഇതറിഞ്ഞാൽ.."

"വരൂ.." സുദേവൻ അയാളെ അനുസരിച്ചു. അയാൾക്കൊപ്പം കാളവണ്ടിയുടെ സമീപത്തേക്കു നടന്നു.

ഈ രംഗങ്ങൾ വീക്ഷിച്ചുകൊണ്ട് നില്ക്കുകയായിരുന്നു മായമ്മ. അവർ പെട്ടെന്ന് ദാസിപ്പുരയിലേക്ക് ഉത്തരയുടെ മുറി ലക്ഷ്യമാക്കി നടന്നു.

ഉത്തരയുടെ മുറിയിൽ അവൾ ജനാലയിൽക്കൂടി പുറത്തേക്ക് നോക്കി നില്ക്കുന്നത് മായ കണ്ടു. അവർ അവൾക്കു പുറകിലെത്തി. ജനാലയിൽക്കൂടി നോക്കി. കൗശികനും സുദേവനും കാളവണ്ടിക്കരികിലേക്ക് നടന്നു നീങ്ങുന്നത് മായമ്മ കണ്ടു. മായയ്ക്ക് കാര്യം മനസ്സിലായില്ല. അവൾ ഉത്തരയെ ശ്രദ്ധിച്ചു. അവൾ അവരെ വീക്ഷിച്ചുകൊണ്ട് പരിസരം മറന്ന് നില്പാണ്. തന്റെ സാന്നിദ്ധ്യംപോലും അവൾ അറിയുന്നില്ല. മായ ഉത്തരയുടെ തോളിൽ കൈവച്ചു. ഉത്തര തിരിഞ്ഞു നോക്കി. "മായമ്മ" ഉത്തരയിൽ പെട്ടെന്ന് ഭാവമാറ്റം. അവൾ ചിരിക്കാൻ ശ്രമിച്ചു. പക്ഷേ, അവൾക്കതിനു കഴിഞ്ഞില്ല. മായയുടെ മുഖത്തേക്കു നോക്കാൻ അവൾക്കു ചമ്മൽ അനുഭവപ്പെട്ടു. മായ ഗൗരവത്തിൽ ചോദിച്ചു.

"ഉത്തരേ... എന്താ നിനക്ക് സംഭവിച്ചത്..?" ഉത്തര വിവശയായി. പുറത്തേക്കു നോക്കിക്കൊണ്ട് അവൾ ചോദിച്ചു.

"മായമ്മേ.. ആ ചെറുപ്പക്കാരൻ ആരാണ്..? മായമ്മ അയാളെ അറിയുമോ..?" മായ പുറത്തേക്കു നോക്കി. സുദേവനും കൗശികനും കാളവണ്ടിക്കരുകിൽനിന്ന് എന്തോ സംസാരിക്കുന്നു. മായ മറുപടി പറഞ്ഞു.

"അത് പെരുമാളിന്റെ ഒരേയൊരു മകൻ.. സുദേവൻ.. കൂടെ നില്ക്കു

ന്നത് അദ്ദേഹത്തിന്റെ പരിചാരകൻ കൗശികൻ..” ഉത്തരയുടെ കാതിൽ ഒരു വെള്ളിടി വെട്ടിയതുപോലെ തോന്നി.

“എന്താ.. എന്തിനാ.. നീ ചോദിച്ചത്? നിനക്കറിയുമോ അയാളെ..?” മായ ചോദിച്ചു.

“അറിയും മായമ്മേ ഞാനയാളെ കണ്ടിട്ടുണ്ട്..” ഉത്തര പറഞ്ഞു.

“എങ്ങനെ... എങ്ങനെ നീ അറിയും..?

മായയ്ക്ക് ആശ്ചര്യം..! അവൾ ചോദിച്ചു. ഉത്തര ആ കഥ മായ യോടു പറഞ്ഞു... എല്ലാം കേട്ട് കഴിഞ്ഞ് മായ അവളോട് പറഞ്ഞു.

“മോളേ നീ ഇതൊന്നും അയാളോട് ഭാവിക്കേണ്ട. പെരുമാൾ അറി ഞ്ഞാൽ നിനക്കാപത്താണ്. ഇനി സംസാരിക്കാനും നില്ക്കരുത്..”

ഉത്തര സമ്മതഭാവത്തിൽ തലയാട്ടി. മായ അവിടെനിന്നും പോയി ഉത്തരയുടെ മിഴിക്കോണുകളിൽ ജലകണങ്ങൾ പൊടിഞ്ഞു. എന്തിനോവേണ്ടി അവൾ അറിയാതെ അവളുടെ ഹൃദയം തേങ്ങി.

ഇരുപത്

കാളവണ്ടിയിൽ സുദേവനും കൗശികനും മുഖാമുഖം ഇരുന്നു. സുദേവനു മുഖം കൊടുക്കാതെ കൗശികൻ പുറത്തേക്കു നോക്കി ഇരുന്നു. സുദേവൻ കൗശികനെ ശ്രദ്ധിച്ചു. അയാൾ ആകെ സമ്മർദ്ദത്തിലാണ്. അയാളുടെ മുഖത്ത് അത് പ്രതിഫലിക്കുന്നുണ്ട്.

ഇന്ന് താനവിടെ കണ്ട പെൺകുട്ടിയെപ്പറ്റി കൗശികന് എന്തൊക്കെയോ അറിയാം. പക്ഷേ, തന്നോട് പറയാൻ അയാൾ മടിക്കുന്നു. അത് എന്താണെന്ന് അറിയേണ്ടത് തന്റെ ആവശ്യമാണ്. എത്ര ത്യാഗം സഹിച്ചിട്ടായാലും എന്ത് അടവ് കാണിച്ചിട്ടായാലും താൻ ഇയാളിൽനിന്ന് അതറിയും. കാരണം അവൾ തന്റെ പെണ്ണാണ്. താൻ ആദ്യമായും അവസാനമായും മോഹിച്ച പെണ്ണ്. സുദേവൻ കൗശികനെ നോക്കി ചോദിച്ചു.

"കൗശികാ എന്താ ഒന്നും പറയാത്തത്..?" കൗശികൻ ഒന്നും മിണ്ടാതെ പഴയപടി തന്നെ ഇരുന്നു.

"നോക്കൂ നിങ്ങളല്ലാതെ എനിക്കാരാ ഉള്ളത്. ഇതൊക്കെ പറഞ്ഞു തരാൻ. അവളെ എനിക്ക് വളരെ മുൻപേ പരിചയം ഉണ്ട്. അവളെ എനിക്ക് ഇഷ്ടവും ആണ്. അച്ഛന്റെ ദാസിപ്പുരയിൽ അവൾ എങ്ങനെയെത്തി..?" സുദേവൻ ചോദിച്ചു.

കൗശികൻ സുദേവനെ നോക്കി. താൻ ഇന്നുവരെ കാണാത്ത ഒരു മുഖമാണ് കൗശികൻ അവനിൽ കണ്ടത്. ആ മുഖത്തെ ആജ്ഞാശക്തി അയാളെ പിടിച്ചുടച്ചു.

"കൗശികാ എന്താണ് അവൾക്ക് സംഭവിച്ചത്..?" സുദേവൻ ദൃഢസ്വരത്തിൽ ചോദിച്ചു.

കൗശികൻ ഗത്യന്തരമില്ലാതെ അവളെക്കുറിച്ചുള്ള കഥകൾ സുദേവനോട് പറഞ്ഞു. എല്ലാം കേട്ടു കഴിഞ്ഞപ്പോൾ സുദേവന്റെ കണ്ണുകൾ

നിറഞ്ഞൊഴുകി. പിന്നീട് മുഖം വലിഞ്ഞു മുറുകി. ആ കാഴ്ച കൗശികനെ ഭീതിപ്പെടുത്തി. പിന്നീട് സുദേവനിൽനിന്നും വന്ന വാക്കുകൾ അയാളെ തളർത്തി.

"കൗശികാ.. എന്റെ പിതാവിനാൽ നശിക്കപ്പെട്ട അവളുടെ ജീവിതം ഞാൻ തിരിച്ചുകൊടുക്കും. ഇത് സത്യം... സത്യം... സത്യം..."

കാളവണ്ടി നിർത്താൻ ആവശ്യപ്പെട്ടിട്ട് സുദേവൻ പാതിവഴിയിൽ ഇറങ്ങി നടന്നുപോയി. കൗശികൻ ഒരക്ഷരംപോലും മിണ്ടാനാകാതെ ശില കണക്കെ വണ്ടിയിൽ ഇരുന്നു.

സുദേവൻ ബലരാമനെ തേടിയാണ് നടന്നത്. അവൻ പലയിടങ്ങളിലും ബലരാമനെ അന്വേഷിച്ചു. അവസാനം അവർ പതിവായി കണ്ടുമുട്ടാറുള്ള ആൽത്തറയിൽ അവനെ കണ്ടെത്തി. സുദേവനെ കണ്ടപ്പോൾത്തന്നെ ബലരാമന് എന്തോ പന്തികേടു തോന്നി. ബലരാമൻ ഇരുന്നിടത്തുനിന്നു എഴുന്നേറ്റു. സുദേവൻ അടുത്തെത്തിയതും ആൽത്തറയിൽ വിവശതയോടെ ഇരുന്നു. ഇതു കണ്ട ബലരാമൻ അവനോടു ചോദിച്ചു.

"ദേവാ... നിനക്കെന്തു പറ്റി..? നീയാകെ മാറിയിരിക്കുന്നു. എന്തെങ്കിലും പ്രശ്നം ഉണ്ടോ..?" ബലരാമനെ ഒന്നു നോക്കിയിട്ട് സുദേവൻ പറഞ്ഞു

"ഞാൻ അവളെ കണ്ടു.. ഉത്തരയെ.."

ബലരാമൻ ഒന്നും മനസ്സിലാക്കാതെ അവനെ നോക്കി. എന്നിട്ട് അവൻ ചോദിച്ചു.

"ഉത്തരയോ.. ആരാണവൾ..?"

സുദേവൻ ബലരാമനോട് കഥകൾ എല്ലാം പറഞ്ഞു. എല്ലാം കേട്ടു ബലരാമൻ അവന്റെ തീരുമാനത്തിൽനിന്നും അവനെ വ്യതിചലിപ്പിക്കാൻ ശ്രമിച്ചു. പക്ഷേ, ആ ഉറച്ച മനസ്സിനെ ഇളക്കുവാൻ അവനുപോലും ആകുമായിരുന്നില്ല. ഒരു നല്ല സുഹൃത്ത് എന്ന നിലയിൽ ഇനി അവനോടൊപ്പം നില്ക്കാൻ മാത്രമേ തനിക്കാവൂ.... ബലരാമൻ ഉറപ്പിച്ചു.

"ദേവാ നിന്നോടൊപ്പം എന്തിനും ഞാനുണ്ടാവും.. അവളെ കാര്യങ്ങൾ ധരിപ്പിക്കണം. എന്നിട്ട് അവളെ അവിടെനിന്നും ഇറക്കിക്കൊണ്ടു വന്ന് നിങ്ങൾ മറ്റെവിടെയെങ്കിലും പോയി സുഖമായി ജീവിക്കണം." ബലരാമൻ തുടർന്നു.

"അതിനുവേണ്ട എല്ലാ സഹായങ്ങളും എന്നെക്കൊണ്ട് ആവും വിധത്തിൽ ഞാൻ ചെയ്തുതരാം.. എന്റെ ജീവൻ പോലും നിനക്കുവേണ്ടി ത്യജിക്കും."

ബലരാമന്റെ സ്വരത്തിലെ ആത്മാർത്ഥതയും സ്നേഹവും ദൃഢതയും ദേവൻ തിരിച്ചറിഞ്ഞു. അവൻ ബലരാമനെ പുണർന്നു.

അവർ എത്രയും പെട്ടെന്ന് എങ്ങനെ ഉത്തരയെ കാണാൻ എന്നതിനുള്ള മാർഗ്ഗത്തെക്കുറിച്ചാലോചിച്ചു. ദാസിപ്പുരയിൽ പുറത്തുനിന്നും ആർക്കും പെട്ടെന്ന് പ്രവേശിക്കാൻ കഴിയില്ല. പെരുമാൾ അറിഞ്ഞാൽ

കയറുന്നവന്റെ അന്ത്യമാണ് സംഭവിക്കുക. എങ്കിലും അവർചില തീരുമാനങ്ങളെടുത്ത് അവിടെനിന്നും പിരിഞ്ഞു.

ദിവസങ്ങൾ പലതും കൊഴിഞ്ഞുപോയി. സുദേവന് തന്റെ അച്ഛന്റെ പല പ്രവൃത്തികളും അനിഷ്ടമുളവാക്കിത്തുടങ്ങി. ചില ക്രൂരതകൾ കണ്ടുനില്ക്കുവാൻ പലപ്പോഴും അവന് ആകുമായിരുന്നില്ല. ചില അവസരങ്ങളിൽ അവൻ പ്രതികരിച്ചും തുടങ്ങി. തന്റെ മകനിലുണ്ടാകുന്ന മാറ്റങ്ങൾ പെരുമാളും ശ്രദ്ധിക്കാൻ തുടങ്ങി. അവനെ തളയ്ക്കേണ്ട സമയം അതിക്രമിച്ചിരിക്കുന്നു എന്ന് അയാൾ മനസ്സിലാക്കി.

ഇരുപത്തിഒന്ന്

ദാസിപ്പുരയിൽ ഇതിനകം പുതിയ ദാസിമാർ എത്തിയെങ്കിലും പെരുമാളിന് പ്രിയങ്കരി ഉത്തര തന്നെയായിരുന്നു. പക്ഷേ, അവൾക്ക് പെരുമാളിനോട് ദിനം പ്രതി ശത്രുത കൂടിക്കൂടി വന്നു.

ഒരു ദിവസം മായ പതിവുപോലെ ഉദ്യാനത്തിൽ സന്ധ്യാ പൂജ യ്ക്കുള്ള പൂക്കൾ ഇറുത്തുകൊണ്ടു നില്ക്കുകയായിരുന്നു. ഒരു ചെറുപ്പ ക്കാരൻ തന്റെ അടുത്തേക്ക് നടന്നുവരുന്നത് കണ്ടു. അത് സുദേവനാ ണെന്ന് അവൾക്കു മനസ്സിലായി. അവൻ അവളെ നോക്കി പുഞ്ചിരിച്ചു. പക്ഷേ, മായ ഗൗരവത്തോടെ ചോദിച്ചു.

"കൊച്ചുതമ്പുരാന് എന്താണിവിടെ ആവശ്യം..?"

"എനിക്ക് ഉത്തരയെ കാണണം.." അവൻ പറഞ്ഞു.

"കൊച്ചു തമ്പുരാൻ പോകൂ.. ഇവിടെ ആരെയും പെരുമാൾ തമ്പു രാന്റെ അനുവാദമില്ലാതെ കാണാൻ സാധിക്കില്ല." മായ പറഞ്ഞു.

"ഓഹോ അങ്ങനെയാണോ.. ഞാൻ അവളെ കണ്ടിട്ടേ ഇവിടെ നിന്നും പോകൂ.. വിളിക്ക് അവളെ.." അവൻ ക്രോധത്തോടെ പറഞ്ഞു. എന്നിട്ട് ദാസിപ്പുരയിലേക്കു നോക്കി അവൻ ഉറക്കെ വിളിച്ചു.

"ഉത്തരേ.." ആ വിളി ദാസിപ്പുരമാളികയുടെ ചുവരുകളിൽ തട്ടി പ്രതി ദ്ധ്വനിച്ചു. ശബ്ദം കേട്ട് ദാസിമാർ പുറത്തേക്ക് എത്തിനോക്കി. മുകളിൽ ജനാലയിൽ കൂടി ഉത്തരയും ആ രംഗം കണ്ടു. സുദേവനെ കണ്ടതും അവൾ ഞെട്ടി.

അപ്പോഴേക്കും കാവല്ക്കാർ ഓടിവന്നു. സുദേവനെ അനുനയിപ്പിച്ച് പുറത്താക്കാൻ ശ്രമിച്ചു. മായ ആ സമയം കൊണ്ടു അകത്തേക്കുപോ യി. സുദേവൻ കുതറി മാറാൻ ശ്രമിച്ചു. പക്ഷേ, കാവല്ക്കാർ അവനെ പടിക്കു പുറത്താക്കി വാതിൽ അടച്ചു.

ഈ രംഗം സസൂക്ഷ്മം വീക്ഷിച്ചുകൊണ്ട് രണ്ട് കണ്ണുകൾ അവിടെ

ഉണ്ടായിരുന്നു. സുരുചിയുടെ കണ്ണുകൾ, അയാൾ ഊറിച്ചിരിച്ചു. ഒരു പ്രത്യേകരീതിയിൽ തല ഇരുവശത്തേക്കും ചലിപ്പിച്ചുകൊണ്ട് അയാൾ അവിടെ നിന്നും യാത്രയായി.

ദാസിപ്പുരയിലെ അരങ്ങേറ്റങ്ങൾ പെരുമാളിന്റെ കാതിലെത്തി. അയാൾ കോപാകുലനായി. കൗശികനെ തന്റെ മുൻപിലേക്ക് വിളിപ്പിച്ചു. കൗശികൻ കാര്യങ്ങളൊന്നും തന്നെ അറിഞ്ഞിരുന്നില്ല. അയാൾ പെരുമാളിന്റെ മുന്നിലെത്തി. അദ്ദേഹം ദേഷ്യത്തിലാണെന്ന് കൗശികന് മനസ്സിലായി. കൗശികനെ കണ്ടതും പെരുമാൾ ചോദിച്ചു.

"നീ ഇതൊന്നും കേൾക്കുന്നില്ലേ..? നീയെന്താ ഇതൊന്നും അറിയുന്നില്ലെന്നുണ്ടോ? ഇവിടെ നടക്കുന്ന വിശേഷങ്ങൾ."

സമചിത്തതയോടെ കൗശികൻ,

"അങ്ങെന്താണ് ഉദ്ദേശിക്കുന്നത്..? എനിക്കൊന്നും മനസ്സിലാകുന്നില്ല."

പെരുമാളിനു ദേഷ്യം വന്നു. അയാൾ കൗശികനെ അടിക്കാനായി കൈയോങ്ങി. കൈ പതിയും മുൻപ് ആ കൈ ബലിഷ്ഠമായ മറ്റൊരു കരം പിടിച്ചു നിർത്തി. പെരുമാൾ കോപാകുലനായി തിരിഞ്ഞു നോക്കി. "സുദേവൻ തന്റെ മകൻ" ഇന്നോളം ആരും തടഞ്ഞിട്ടില്ലാത്ത തന്റെ കൈയിൽ അവന്റെ പിടി വീണിരിക്കുന്നു ഇന്ന്. പെരുമാൾ കോപത്തോടെ അലറി.

"ദേവാ.. കൈയെടുക്കൂ.."

"എന്നെ തടയാൻ നീ ആളായോ..?" ഇതുകേട്ട് സുദേവൻ ദൃഢസ്വരത്തിൽ പറഞ്ഞു.

"തൊട്ടുപോകരുത് ആ മനുഷ്യനെ. ആ ദേഹത്ത് ഒരു പൂഴിമണ്ണു പോലും വീഴാൻ സുദേവൻ ജീവിച്ചിരിക്കുമ്പോൾ ആരെയും തന്നെ അനുവദിക്കില്ല.. ജനനം തന്നത് നിങ്ങളാണെങ്കിലും ഒരച്ഛന്റെ സ്നേഹവും വാത്സല്യങ്ങളും തന്ന് എന്നെ വളർത്തിയത് ഈ മനുഷ്യനാണ്..."

ഈ രംഗങ്ങൾ കണ്ട് കൗശികൻ എന്തു ചെയ്യണമെന്നറിയാതെ വിവശനായി നിന്നു. അയാൾ തൊഴുകൈകളോടെ സുദേവനോട് പറഞ്ഞു.

"കുട്ടാ... അച്ഛനോടിങ്ങനൊന്നും സംസാരിക്കരുത്.. അച്ഛന്റെ കാല്ക്കൽ വീണ് ക്ഷമ പറയൂ... ഈ അപരാധം ഈശ്വരന്മാർ പോലും പൊറുക്കില്ല.."

സുദേവന്റെ കൈകൾ അയഞ്ഞു. കൈയിലുള്ള പിടിവിട്ട് സുദേവൻ വേഗത്തിൽ പുറത്തേക്കു പോയി. കൗശികൻ നിറകണ്ണുകളോടെ തൊഴുകൈയുമായി പെരുമാളിന്റെ മുന്നിൽ നിന്നു. പെരുമാളിന്റെ കൺകോണിൽ ഒരു നീരുറവ ഉരുണ്ടുകൂടി. അയാൾ ചിന്തിച്ചു. "തന്റെ മകൻ തന്നെക്കാൾ ഒരുപാട് വളർന്നിരിക്കുന്നു." ഇതിന് ഒരവസാനം കണ്ടേ പറ്റൂ. അയാൾ കൗശികൻ കാണാതെ കണ്ണുകൾ തുടച്ചു. എന്നിട്ട് ഇപ്രകാരം പറഞ്ഞു.

"കൗശികാ കുട്ടൻ ദാസിപ്പുരയിൽ പോയി ഏതോ ദാസിപ്പെണ്ണിനെ വിളിച്ചു. താൻ അവനെ അവിടെ കൂട്ടിക്കൊണ്ടു പോയതിനാലാണ്

ഇതെല്ലാം സംഭവിച്ചത്."

ഇതുകേട്ട് കൗശികൻ വിനയത്തോടെ പറഞ്ഞു.

"ഞാൻ കുട്ടനെ പറഞ്ഞു മനസ്സിലാക്കാം." കൗശികന്റെ വാക്കുകൾ ചെവിക്കൊള്ളാതെ പെരുമാൾ പറഞ്ഞു.

"വേണ്ട.. എത്രയും വേഗം അവന്റെ വിവാഹം നടത്തണം. അതിനുള്ള തയ്യാറെടുപ്പുകൾ ചെയ്യുക!!"

ഇതുകേട്ട കൗശികൻ സവിനയം പറഞ്ഞു.

"അങ്ങ് എന്തുവേണമെന്ന് പറഞ്ഞാൽ മതി. അതുപോലെതന്നെ ഞാൻ ചെയ്തുകൊള്ളാം.." പെരുമാൾ ശാന്തത കൈവരിച്ച് പറഞ്ഞു.

"അവനിതൊന്നും അറിയണ്ട. താൻ പൊയ്ക്കോ. അവനിനിയും അവിടെ പോകാതിരിക്കാൻ ശ്രദ്ധിക്കണം."

"ശരി തമ്പുരാനേ.. ഞാൻ ശ്രദ്ധിച്ചുകൊള്ളാം."

വളരെ വിനയത്തോടെ ഇതും പറഞ്ഞ് കൗശികൻ പുറത്തേക്ക് പോയി. പുറത്ത് അയാൾ സുരുചിയെ കണ്ടു. സുരുചി കൗശികനെ നോക്കി ഊറിച്ചിരിച്ചു. കൗശികന് കാര്യം മനസ്സിലായി. സുരുചിയുടെ ഏഷണിയാണ് ഇതിനെല്ലാം കാരണം. എങ്കിലും നടന്നതെന്താണെന്ന് അറിയണം. അയാൾ തീരുമാനിച്ചു. കൗശികൻ സുദേവന്റെ മുറിയിലേക്ക് പോയി.

തന്റെ മുറിയിൽ ചെന്ന് സുദേവൻ വെറുതെ കിടക്കുകയായിരുന്നു. ആളനക്കം കേട്ട് സുദേവൻ തല തിരിച്ചു നോക്കി, കൗശികൻ. സുദേവൻ കട്ടിലിൽ എഴുന്നേറ്റിരുന്നു. കൗശികൻ സുദേവന്റെ സമീപം ചെന്നിരുന്നു. സുദേവൻ ഒന്നും മിണ്ടിയില്ല. ഒടുവിൽ കൗശികൻ മൗനം ഭഞ്ജിച്ചു.

"എന്താ കുട്ടാ ഉണ്ടായത്..? എന്തിനാ ഒറ്റയ്ക്ക് ദാസിപ്പുരയിൽ പോയത്? വിളിച്ചിരുന്നുവെങ്കിൽ ഞാനും വരുമായിരുന്നില്ലേ..?"

കൗശികൻ അർത്ഥഗർഭമായി പറഞ്ഞു. സുദേവൻ ഒന്നും മിണ്ടിയില്ല. ദേഷ്യത്തോടെ മുറിവിട്ടിറങ്ങിപ്പോയി. കൗശികൻ ആ പോക്കു നോക്കി വ്യസനത്തോടെ നിന്നു.

കേശവപ്പെരുമാളിന് ആ ദിവസം വളരെ വേദന നിറഞ്ഞതായിരുന്നു. തന്റെ മകൻ തന്റെ പരിചാരകനുവേണ്ടി തന്നെ എതിർത്തിരിക്കുന്നു. തന്നെ എതിർക്കാൻ തുടങ്ങിയ സ്ഥിതിക്ക് അവൻ ആരു തന്നെ ആയാലും തളയ്ക്കണം.

പിന്നെ ആ ദാസിപ്പെണ്ണ് കേശവപ്പെരുമാളിന്റെ ദാസ്യവൃത്തി ചെയ്തവൾ മകനെക്കൂടി വശീകരിക്കാൻ ശ്രമിക്കുന്നു. അവൾക്കുള്ള സ്ഥലം ഇനി പെരുമാളിന്റെ മണിയറ അല്ല.. എത്രയും പെട്ടെന്ന് അതിനുള്ള അവസരം ഉണ്ടാക്കണം. തന്റെ ആഭാസന്മാരായ സുഹൃത്തുക്കളെ ക്ഷണിച്ച് വിരുന്നു നല്കണം. അവർക്കുള്ള വിരുന്ന് ആ ദാസിപ്പെണ്ണാവണം... ഉത്തര. അതുപോലെതന്നെ സുദേവൻ കല്യാണം കഴിപ്പിക്കാനുള്ള ഒരുക്കങ്ങളും പെട്ടെന്ന് നടത്താൻ പെരുമാൾ തീരുമാനിച്ചു.

ഇരുപത്തിരണ്ട്

പിറ്റേന്ന് ബലരാമനും സുദേവനും ആൽത്തറയിൽ കണ്ടുമുട്ടി. സുദേവൻ കാണിച്ച എടുത്തുചാട്ടത്തിൽ ബലരാമന് നല്ല അമർഷമുണ്ടായിരുന്നു. എങ്കിലും ദേവനോടുള്ള സ്നേഹംമൂലം അവനോട് ഒന്നുംപറയാൻ തോന്നിയില്ല. പകരം അവൻ ചില വഴികൾ ഉപദേശിച്ചു കൊടുത്തു. ബലരാമന് നന്നായി അറിയാമായിരുന്നു സുദേവനും കൗശികനുമായുള്ള ബന്ധം. അതുകൊണ്ടുതന്നെ കൗശികനെ സ്വാധീനിച്ചാൽ ദാസിപ്പുര കടന്ന് ഉത്തരയെ ദേവന് കാണാൻ അവസരം ഉണ്ടാകുമെന്ന് ബലരാമൻ ഉറച്ചു വിശ്വസിച്ചു. ചില പദ്ധതികളുമായി അവർ അവിടെനിന്നും പിരിഞ്ഞു.

പിറ്റേന്ന് പെരുമാൾ കൗശികനെ വിളിച്ച് സുദേവന്റെ വിവാഹക്കാര്യം സംസാരിച്ചു. തന്റെ സുഹൃത്തും ഒരു പ്രമാണിയുമായ ഗജേന്ദ്രവിക്രമന്റെ മകളെ സുദേവനുവേണ്ടി ചോദിക്കാൻ താൻ തീരുമാനിച്ചെന്ന്.. അതിന് വേണ്ടതായ ഒരുക്കങ്ങളും മറ്റും നടത്തണമെന്നും കൗശികനോട് പെരുമാൾ പറഞ്ഞു. തന്റെ സുഹൃത്തുക്കളെ വിളിച്ച് ഒരു സൽക്കാര വിരുന്ന് സംഘടിപ്പിക്കണമെന്നും അയാൾ ആവശ്യപ്പെട്ടു.

അന്നു വൈകുന്നേരം കൗശികൻ പതിവുപോലെ ആൽത്തറയിൽ ഇരിക്കുമ്പോൾ അല്പസമയത്തിനുശേഷം തന്റെ അടുത്തേക്ക് സുദേവൻ നടന്നുവരുന്നത് കൗശികൻ കണ്ടു. ആൽത്തറയിൽ കൗശികനെ കണ്ടപ്പോൾ സുദേവനും സന്തോഷമായി.

തന്റെ മനസ്സിൽ ഉത്തര എന്ന വിഗ്രഹം സ്വർണ്ണപ്രഭയോടെ തെളിഞ്ഞു നില്ക്കുന്നു. തന്റെ പിതാവിനാൽ ജീവിതം ഹോമിക്കപ്പെട്ട ധാരാളം പെൺകുട്ടികളിൽ ഒരുവളാണ് ഉത്തര. അവളെ താൻ വളരെ മുൻപു തന്നെ മോഹിച്ചതാണ്. അവൾക്കെങ്കിലും ഒരു ജീവിതം കൊടുക്കാൻ സാധിച്ചാൽ അതൊരു പുണ്യമായിരിക്കും. പക്ഷേ, തന്റെ ഇംഗിതം

അവളെ അറിയിക്കാൻ കഴിയുന്നില്ല. അതിനുള്ള ഒരവസരങ്ങളും ലഭിക്കുന്നില്ല. അതിനുവേണ്ടി ഇനി ഒരു വഴിമാത്രമേ തന്റെ മുന്നിലുള്ളൂ. "കൗശികൻ." അയാൾക്ക് തന്നെ സഹായിക്കാതിരിക്കാനാവില്ല.

ആൽത്തറയിൽ കൗശികനു സമീപമായി സുദേവൻ ഇരുന്നു. കൗശികൻ സുദേവനെ ചോദ്യരൂപേണ നോക്കി. സുദേവൻ ദൃഢസ്വരത്തിൽ പറഞ്ഞു.

"ഞാൻ കൗശികനെ കാണാൻ വന്നതാ.. ഒരു വിവരം ധരിപ്പിക്കാനുണ്ട്.. സാധിച്ചു തരണം.."

കൗശികന് അപകടം മണത്തു. എങ്കിലും അതൊന്നും ഭാവിക്കാതെ അയാൾ ചോദിച്ചു.

"എന്താണ് കുട്ടന് പറയാനുള്ളത്..?" സുദേവൻ മുഖവുരയില്ലാതെ കാര്യത്തിലേക്കു കടന്നു. "എനിക്ക് ഉത്തരയെ കാണണം. സംസാരിക്കണം. അവൾക്ക് ഒരു ജീവിതം കൊടുക്കാൻ ഞാൻ ആഗ്രഹിക്കുന്നു.. ആ വിവരം എനിക്ക് അവളെ ബോധിപ്പിക്കണം.. കൗശികൻ എന്നെ സഹായിച്ചേ പറ്റൂ."

ഇതുകേട്ടപ്പോൾ കൗശികന് നടുക്കം തോന്നി. എങ്കിലും അത് ഭാവിക്കാതെ വലിയ തമാശ കേട്ട മട്ടിൽ ചിരിച്ചുകൊണ്ട് ഇപ്രകാരം ചോദിച്ചു.

"എന്താ കുട്ടാ.. തലയ്ക്കു സ്ഥിരതയില്ലെന്നായോ..?"

"ഞാൻ ഗൗരവത്തോടെയാണ് കൗശികാ പറഞ്ഞത്." സുദേവൻ പറഞ്ഞു.

"ഇതാണോ ഗൗരവമായ കാര്യം... കുട്ടന് വിവാഹപ്രായമായി. അതിനെന്താ ഒരു രാജകുമാരിയെത്തന്നെ ഈ കൗശികൻ കൊണ്ടെത്തരും. വെറും ഒരു ദാസിപ്പെണ്ണിന് നല്കേണ്ടതാണോ ഈ ജീവിതം? ബുദ്ധിയോടെ ചിന്തിക്കൂ കുട്ടാ."

അയാൾ പറഞ്ഞുനിർത്തി.. അതു കേട്ടതും നിഷേധാർത്ഥത്തിൽ തലയനക്കിക്കൊണ്ട് സുദേവൻ പറഞ്ഞു

"അവൾ വെറുമൊരു ദാസിപ്പെണ്ണല്ല കൗശികാ. ഞാൻ വർഷങ്ങളായി എന്റെ മനസ്സിൽക്കൊണ്ടു നടക്കുന്നവളാണ്. അവളെ ദേവദാസിയാക്കിയത് എന്റെ പിതാവാണ്. അല്ലാതെ അവൾ അറിഞ്ഞുകൊണ്ട് അങ്ങനെ ആയതല്ല. എന്റെ പിതാവ് അവളോട് ചെയ്ത തെറ്റ് ഞാൻ പരിഹരിക്കണം."

ഇതുകേട്ട കൗശികൻ പേടിയോടെ സുദേവനെ പറഞ്ഞു മനസ്സിലാക്കാൻ ശ്രമിച്ചു.

"മോനേ.. യാഥാർത്ഥ്യം അതാവും എന്നാലും അത് മറക്കുന്നതാവും നല്ലത്..! അച്ഛനറിഞ്ഞാൽ ആ പാവം പെൺകുട്ടി കൂടി അതിന്റെ ഫലം അനുഭവിക്കേണ്ടി വരും."

"ഇല്ല കൗശികാ. അവളെ ഞാൻ അവിടെ നിന്നും രക്ഷിക്കും. എന്നിട്ട് ആരും കണ്ടുപിടിച്ച് വരാത്ത ഒരു ദേശത്തു പോയി അവളോടൊപ്പം ജീവിക്കും." സുദേവൻ പറഞ്ഞു അപ്പോൾ കൗശികൻ നിസ്സാരമായി ചിരി

ച്ചുകൊണ്ടു ചോദിച്ചു.

"എങ്ങനെ ജീവിക്കും..? കുട്ടൻ അതാലോചിച്ചുവോ.. കുട്ടാ.. ജീവിതം നിസ്സാരമല്ല. അത് ഒരിക്കലേ ഉള്ളൂ. നഷ്ടപ്പെടുത്തിയാൽ നമുക്കത് ഒരിക്കലും തിരിച്ചു പിടിക്കാനാവില്ല."

ഇതുകേട്ട് ദൃഢസ്വരത്തിൽ സുദേവൻ പറഞ്ഞു.

"അതേ കൗശികാ.. ഉത്തരയ്ക്ക് നഷ്ടപ്പെട്ട ആ ജീവിതം എനിക്ക് കൊടുക്കാനാകും. അവളെ സംരക്ഷിക്കാൻ ഞാൻ ഏതു ജോലിയും ചെയ്യും. സുദേവന്റെ ദൃഢതയുടെ മുമ്പിൽ കൗശികൻ ഒന്നു പതറി എങ്കിലും അദ്ദേഹം പറഞ്ഞു.

"കുട്ടൻ പറഞ്ഞതു ശരിയാണ്. പക്ഷേ, അത് അത്ര എളുപ്പമുള്ള കാര്യമല്ല. ആ സുരുചിയും കൂട്ടരും എപ്പോഴും എവിടെയും പതിയിരിപ്പുണ്ട്."

"എടുത്തുചാട്ടം കാണിച്ച് പ്രശ്നമുണ്ടാക്കരുത്.." കൗശികൻ അവിടെ നിന്നും പോകാനായി എഴുന്നേറ്റു നടന്നു.

സുദേവൻ എന്തുചെയ്യണമെന്നറിയാതെ ഒരു നിമിഷം നിന്നു. തന്നെ ഇക്കാര്യത്തിൽ സഹായിക്കാൻ കൗശികനു മാത്രമേ കഴിയൂ എന്ന ബോധം അവനിൽ തെളിഞ്ഞു. അവൻ അയാൾക്കു പിന്നാലെ ചെന്നുകൊണ്ട് വിളിച്ചു.

"കൗശികാ.. ഒന്നു നില്ക്കണേ..." കൗശികൻ തിരിഞ്ഞു നിന്നു.

"നിങ്ങൾ വിചാരിച്ചാൽ എനിക്കു അവളെ കാണാനും സംസാരിക്കാനും സാധിക്കും...

അതിന് എനിക്ക് ഒരവസരം ഉണ്ടാക്കിത്തരണം.." സുദേവൻ ആശ നഷ്ടപ്പെട്ടവനെപ്പോലെ പറഞ്ഞു. കൗശികൻ സുദേവനെ സൂക്ഷിച്ചു നോക്കി. എന്നിട്ട് ദൃഢതയോടെ പറഞ്ഞു.

"കുട്ടന്റെ ആവശ്യം എനിക്ക് സാധിച്ചു തരാൻ കഴിയില്ല.. പിന്നെ ഒരു കാര്യം തമ്പുരാൻ ഇതൊന്നും അറിയേണ്ട. നിരപരാധികൾ ക്രൂശിക്കപ്പെടും. കുട്ടൻ വീട്ടിലേക്കു പോകൂ. ശാന്തനായി ചിന്തിക്കൂ. നല്ല തീരുമാനത്തിൽ എത്താൻ കഴിയും."

ഇതുകേട്ട് സുദേവനു ദേഷ്യം വന്നു. അവൻ പറഞ്ഞു

"ഇല്ല ഞാൻ പോകില്ല. എനിക്കവളെ കാണാനുള്ള അവസരം കിട്ടിയില്ലെങ്കിൽ ഞാൻ ഈ ജീവിതം അവസാനിപ്പിക്കും. അല്ലെങ്കിൽ രണ്ടും കല്പിച്ച് ദാസിപ്പുരകടന്ന് അവളെ കാണുക തന്നെ ചെയ്യും."

കൗശികൻ ധർമ്മ സങ്കടത്തിലായി. ഒടുവിൽ സുദേവനെ സഹായിക്കാൻ അയാൾ തീരുമാനിച്ചു. അയാൾ സുദേവന്റെ തോളിൽ കൈ വച്ചുകൊണ്ട് പറഞ്ഞു.

"കുട്ടൻ സമാധാനമായി പോകൂ. എല്ലാത്തിനും വഴിയുണ്ടാക്കാം." സുദേവൻ കൗശികന്റെ കൈയിൽ ഒരു മുത്തമിട്ടിട്ട് അവിടെ നിന്നുപോയി. അവന്റെ മനസ്സിൽ വല്ലാത്ത സന്തോഷം തോന്നി. പക്ഷേ, കൗശികന്റെ സമാധാനവും സന്തോഷവും എല്ലാം നഷ്ടപ്പെട്ടു. അയാൾ അരയാൽത്തറയിലേക്കു നടന്നു. അവിടെയെത്തിയ അയാൾ തറയിൽ

മലർന്നു കിടന്നു. അയാൾ ചിന്താധീനനായി.

താൻ ഓർമ്മ വച്ച നാൾ മുതൽ പെരുമാൾ കുടുംബത്തെ അറിയുന്നതാണ്. തനിക്ക് മുമ്പ് തന്റെ അച്ഛനായിരുന്നു ആ കുടുംബത്തിലെ കാര്യസ്ഥൻ. അച്ഛനൊപ്പം ചെറുപ്പം മുതലേ തന്നെ താനും ഈ കുടുംബത്തിലെ അന്തേവാസി ആയിരുന്നു. അന്നുമുതൽ ഇന്നുവരെ താൻ ഈ കുടുംബത്തിനു വേണ്ടി കഷ്ടപ്പെടുന്നു. ആ വിചാരം ആ തറവാട്ടിലെ ഓരോ വ്യക്തികൾക്കും ഉണ്ട്. തന്റെ വാക്കിനെ കേശവപ്പെരുമാൾ പോലും മാനിക്കുന്നുണ്ട്. പക്ഷേ, ഇക്കാര്യം താൻ എങ്ങനെ അറിയിക്കും. സുദേവനാണെങ്കിൽ പറഞ്ഞാൽ മനസ്സിലാകാത്ത പ്രായവും. സുദേവനെ തന്റെ മകനെപ്പോലെയാണ് താൻ സ്നേഹിക്കുന്നത്. ചെറുപ്രായത്തിലേ അമ്മ നഷ്ടപ്പെട്ട സുദേവനെ വളർത്തിയത് താനാണ്.

ആ സ്നേഹവും സ്വാതന്ത്ര്യവും തന്റെ മേൽ അവനുണ്ടുതാനും. അവൻ ആഗ്രഹം പറഞ്ഞാൽ പെട്ടെന്ന് തള്ളിക്കളയുവാൻ തനിക്കാവില്ല. പക്ഷേ, ഈ പ്രശ്നം നിസ്സാരമല്ല. ഇതിന് എന്താണ് പോംവഴി. അയാൾക്ക് ഒരെത്തും പിടിയും കിട്ടിയില്ല. വളരെനേരം കഴിഞ്ഞപ്പോൾ അസ്വസ്ഥനായ മനസ്സോടെ അയാൾ അവിടെനിന്നും വീട്ടിലേക്ക് പോയി.

പിറ്റേന്നു കാലത്തു തന്നെ കൗശികൻ ആരും അറിയാതെ ദാസിപ്പുരയിൽ എത്തി. അതിഥി മന്ദിരത്തിലേക്ക് മായയെ വിളിപ്പിച്ചു. അവരോട് അയാൾ കാര്യങ്ങളൊക്കെ വളരെ രഹസ്യമായി പറഞ്ഞു. സുദേവന് ഉത്തരയുമായി സംസാരിക്കാനുള്ള അവസരം ഉണ്ടാക്കി കൊടുക്കുന്നതിന് അയാൾ അവരോട് ആവശ്യപ്പെട്ടു. മായയ്ക്ക് ആദ്യം നല്ല ഭയം തോന്നി. തന്നോട് ഇത് ആവശ്യപ്പെട്ടിരിക്കുന്നത് കൗശികനാണ്. അദ്ദേഹത്തിനെ അവൾക്ക് നല്ല സ്നേഹവും ബഹുമാനവുമായിരുന്നു. എല്ലാം പറഞ്ഞുറപ്പിച്ചിട്ട് കൗശികൻ അവിടെനിന്നും യാത്രയായി.

കൗശികൻ സുദേവന്റെ മുറി ലക്ഷ്യമാക്കി നടന്നു. മുറിയിൽ സുദേവൻ ഉണ്ടായിരുന്നു. കൗശികനെ കണ്ട സുദേവൻ സ്നേഹത്തോടെ അകത്തേക്ക് വിളിച്ചു. കൗശികന്റെ ആ വരവിൽ സുദേവന് നല്ല പ്രതീക്ഷ തോന്നി. കൗശികൻ അടുത്തുകിടന്ന ഒരു ഇരിപ്പിടത്തിൽ ഇരുന്നു. സുദേവനോട് വാതിൽ അടയ്ക്കാൻ ആവശ്യപ്പെട്ടു. സുദേവൻ വാതിൽ അടച്ചിട്ട് കൗശികന് സമീപം ഇരുന്നു. കൗശികൻ വളരെ രഹസ്യമായി ചില നിർദ്ദേശങ്ങൾ സുദേവനു കൊടുത്തു. തനിക്ക് ഉത്തരയെ കാണാനും സംസാരിക്കാനും ഉള്ള അവസരം കൗശികൻ ശരിയാക്കി തന്നിരിക്കുന്നു. സുദേവന് വളരെ സന്തോഷം തോന്നി. പക്ഷേ, കൗശികൻ വളരെ ഗൗരവത്തിൽ പറഞ്ഞു.

“കുട്ടാ ഞാനിതു കുട്ടനുവേണ്ടി ചെയ്യുന്നത് ആദ്യമായും അവസാനമായും ആണ്. ഇനിയും ഇക്കാര്യം പറഞ്ഞ് എന്നെ ബുദ്ധിമുട്ടിക്കരുത്.”

ഇതുപറഞ്ഞ് അയാൾ വാതിൽ കടന്ന് പുറത്തേക്ക് പോയി. അപ്പോൾ സുരുചി അവിടെ നില്ക്കുന്നത് കൗശികൻ കണ്ടു. പക്ഷേ, അയാളെ ഗൗനിക്കാതെ കൗശികൻ നടന്നുപോയി.

അന്നു വൈകുന്നേരം സുദേവൻ ബലരാമനെ തേടി ആൽത്തറയിൽ

ചെന്നു. ദൂരെ നിന്നും അവിടേക്ക് നടന്നുവരുന്ന ബലരാമനെ സുദേവൻ കണ്ടു. ദേവൻ രാമനെ കൈ വീശി കാണിച്ചു. രാമനും തിരിച്ച് കൈവീശി. ഇന്ന് സുദേവൻ സന്തോഷത്തിലാണെന്ന് ബലരാമന് ബോദ്ധ്യമായി. അവൻ വളരെ വേഗം സുദേവന്റെ അടുത്തെത്തി. സുദേവൻ അവന്റെ തോളിൽ കൈയിട്ട് വളരെ രഹസ്യമായി ചില കാര്യങ്ങൾ സംസാരിച്ചു. ബലരാമന്റെ മുഖവും പ്രസന്നമായി. ബലരാമൻ പറഞ്ഞു.

“ദേവാ... എങ്കിലും സൂക്ഷിക്കണം. ആ സുരുചിയും കൂട്ടരും എന്തെങ്കിലും അറിഞ്ഞാൽ നിനക്കൊഴികെ ബാക്കി എല്ലാവർക്കും ആപത്താണ്. എങ്കിലും നീ അവളെ കണ്ട് കാര്യങ്ങൾ സംസാരിക്കേണ്ടത് ആവശ്യമാണ്. എല്ലാം വളരെ ശ്രദ്ധയോടെ ആയിരിക്കണം. എന്റെ ആവശ്യം വല്ലതും ഉണ്ടെങ്കിൽ അറിയിക്കണം. ഞാനുണ്ടാവും നിന്റെ കൂടെ..” സുദേവൻ സന്തോഷത്തോടെ ബലരാമനെ ആശ്ലേഷിച്ചു എന്നിട്ടു പറഞ്ഞു.

“എനിക്കറിയാം. നീ വിഷമിക്കേണ്ട. ഞാൻ എല്ലാം ശ്രദ്ധിച്ചു കൊള്ളാം. ഇനി അവളെ കണ്ടിട്ട് നമുക്ക് കാണാം.” സുദേവൻ ബലരാമനോട് യാത്ര പറഞ്ഞ് അവിടെനിന്നും പോയി.

പിറ്റേന്ന് വൈകുന്നേരം ദാസിപ്പുര മാളികയിൽ ദീപം തെളിച്ചുകൊണ്ട് നില്ക്കുകയായിരുന്നു മായ. അവൾ ഇടയ്ക്കിടെ ആരെയോ പ്രതീക്ഷിച്ചെന്നപോലെ ഇടയ്ക്കിടെ വഴിയിലേക്കു നോക്കുന്നു. പെട്ടെന്ന് ആരെയോ കണ്ടിട്ട് അവൾ പടിപ്പുര വാതിലിനു മറവിൽപോയി ഒളിച്ചു നിന്നു. സുദേവനായിരുന്നു അവിടേക്കു വന്നത്. സുദേവൻ അകത്തു കടന്നതും മായ അവന്റെ കൈയിൽ കടന്നുപിടിച്ചു. എന്നിട്ട് മിണ്ടരുതെന്ന് ആംഗ്യം കാണിച്ചു. അവൾ ചുറ്റുപാടും ശ്രദ്ധിച്ചു. കാവല്ക്കാർ സന്ധ്യാവന്ദനത്തിന് പോകുന്ന സമയമായിരുന്നു അത്. ആ സമയം ഒരാൾ മാത്രമേ അവിടെ കാവൽ കാണുകയുള്ളൂ. അയാളെ അവൾ സൂത്രത്തിൽ മറ്റൊരു ജോലി ഏല്പിച്ചിട്ട് അവിടെനിന്നും അകറ്റിയിരുന്നു. മായ അവിടെയെങ്ങും ആരുമില്ലെന്ന് ഉറപ്പാക്കിയിട്ട് സുദേവനുമായി അതിശീഘ്രം ഉത്തരയുടെ മുറി ലക്ഷ്യമാക്കി നടന്നു. എങ്കിലും അവൾ ചുറ്റും സംഭ്രമത്തോടെ നോക്കുകയായിരുന്നു. ആരെങ്കിലും കണ്ടാൽ എല്ലാം അവസാനിക്കും. എന്ന് അവൾക്കറിയാമായിരുന്നു.

ഉത്തരയുടെ മുറി വാതിൽ ചാരിയ നിലയിൽ ആയിരുന്നു. മായ പെട്ടെന്ന് സുദേവനുമായി അവിടേക്കു കടന്നു. എന്നിട്ട് വാതിൽ അടച്ചു. അത് കണ്ട ഉത്തര സംഭ്രമത്തോടെ പിടഞ്ഞെഴുന്നേറ്റു. ഉത്തര എന്തോ ചോദിക്കാനാഞ്ഞതും മായ അവൾക്ക് നേരെ മിണ്ടരുതെന്ന് ആംഗ്യം കാണിച്ചു. മായമ്മയോടൊപ്പം വന്നിരിക്കുന്നത് സുദേവനാണ്. എന്താണ് ഈ വരവിന്റെ ഉദ്ദേശ്യം. അവൾക്ക് ഒന്നും മനസ്സിലായില്ല. പക്ഷേ, എന്തോ പന്തികേടുണ്ട്. അത് അവൾക്കു മനസ്സിലായി.

സുദേവൻ ഉത്തരയെ കണ്ണിമയ്ക്കാകെ നോക്കി നില്ക്കുകയായിരുന്നു. ചമയങ്ങളൊന്നും ഇല്ലാതെ ഒരു വെണ്ണക്കൽ പ്രതിമപോലെ മനോഹരി ആയിരിക്കുന്നു ഉത്തര. അവളെ കാണാൻ എത്ര സുന്ദരിയാണ്. ഇങ്ങനെ ചിന്തിച്ചുനില്ക്കുമ്പോൾ ഉത്തരയുടെ സംസാരം ചിന്തകളെ ഖണ്ഡിച്ചു.

"മായമ്മേ.. എന്താ ഇതൊക്കെ.?"

"എന്തിനാണ് ഇയാൾ എന്റെ അറയിൽ വന്നത്." ഉത്തര മായയോട് ചോദിച്ചു. മായ ഉത്തരയോട് ചേർന്നു നിന്നുകൊണ്ട് പറഞ്ഞു.

"നീയൊന്നു പതുക്കെ പറയൂ ഇവിടുത്തെ ചുവരുകൾക്കുപോലും കാതുണ്ട്.

സുദേവന് നിന്നോട് നേരിട്ടു എന്തൊക്കെയോ സംസാരിക്കണം. അതിനാണ് വന്നത്. ഞാൻ പുറത്തുണ്ടാവും."

ഉത്തര എന്തോ പറയാൻ ഭാവിച്ചപ്പോഴേക്കും അവളുടെ വാ പൊത്തിക്കൊണ്ട് മായ മിണ്ടരുതെന്ന് ആംഗ്യം കാണിച്ചു. ഉത്തര മൗനം പാലിച്ചു. മായ പുറത്തിറങ്ങി വാതിൽ അടച്ചു.

ഉത്തര സുദേവനെ നോക്കി വളരെ സുന്ദരനായിരിക്കുന്നു അവൻ. അവന്റെ ആകാരം ഏതൊരു പെണ്ണും മോഹിക്കുന്നതിനപ്പുറമായിരുന്നു. ബലിഷ്ഠമായ ശരീരവും കൈത്തണ്ടകളും, വിരിഞ്ഞ മാറിടവും ശരീര സൗന്ദര്യത്തിനു മാറ്റുകൂട്ടുന്ന തരത്തിലുള്ള മുഖസൗന്ദര്യവും അവളെ എന്നും മോഹിപ്പിച്ചിട്ടുള്ള അവന്റെ നയനങ്ങളിൽ കുസൃതി ഓളം വെട്ടുന്നു അയാളുടെ മുഖത്ത് യാതൊരു കൂസലും ഇല്ല. ഉത്തര ഗൗരവത്തോടെ ചോദിച്ചു.

"എന്താണ് നിങ്ങൾക്ക് എന്നോട് പറയാനുള്ളത്.?" ഇതുകേട്ട് സുദേവൻ തെല്ലു കുസൃതിയോടെ പറഞ്ഞു.

"ഒരു ആതിഥ്യ മര്യാദപോലും ഇല്ലേ..?

എന്നോട് ഒന്നിരിക്കാൻ പോലും പറഞ്ഞില്ല." ഉത്തര ആട്ടുമഞ്ചൽ ചൂണ്ടിക്കാണിച്ചുകൊണ്ട് പറഞ്ഞു. "ങും ഇവിടെയിരിക്കൂ."

സുദേവൻ മഞ്ചലിൽ ചെന്ന് ഉത്തരയെ പുഞ്ചിരിയോടെ നോക്കിയിരുന്നു. ഉത്തര ആകെ അസ്വസ്ഥയായി. അവന്റെ മട്ടും ഭാവവും അവളെ വല്ലാതെ ചൊടിപ്പിച്ചു.

"എന്താണ് നിങ്ങൾക്ക് പറയാനുള്ളത്..? വേഗം പറയൂ..." അവൻ അവിടെ നിന്നും എഴുന്നേറ്റ് അവൾക്കരികിൽ എത്തിയിട്ട് അവളുടെ കണ്ണുകളിലേക്ക് നോക്കി പറഞ്ഞു.

"അങ്ങനെ വേഗം പറഞ്ഞു തീർക്കാൻ പാടില്ല..

ദാ... ഈ കണ്ണുകളിൽ നോക്കിക്കൊണ്ട് വളരെ സാവധാനം മാത്രമേ അതു പറയാൻ സാധിക്കൂ..." ഇതുകേട്ട് ഉത്തരയ്ക്കു ദേഷ്യം വന്നു.

"നോക്കൂ.. നിങ്ങൾക്ക് എന്താണ് ആവശ്യം എന്തിനാണ് ഇവിടെ വന്നത്..?"

അവളുടെ ദേഷ്യം കണ്ടപ്പോൾ അവൻ ഉള്ളിൽ ചിരിച്ചു.

"ഭവതി ഒന്നു സമാധാനപ്പെടൂ.

ഞാൻ എല്ലാം പറയാം. നമുക്ക് ഒരുപാട് സമയം ഉണ്ട് എല്ലാം പറഞ്ഞിട്ടേ ഞാൻ പോകൂ." സുദേവൻ പറഞ്ഞു

ഉത്തര ദേഷ്യത്തോടെ കട്ടിലിൽ ഇരുന്നു. സുദേവൻ അപ്പോഴും ചിരിക്കുകയാണ്. അവൻ ചിന്തിച്ചു പണ്ടത്തെ കുട്ടിത്തം ഇപ്പോഴും അവളിൽ ഉണ്ട്. പാവം പെണ്ണ്. ഒരു തെറ്റും ചെയ്യാതെ. അവൻ അവളുടെ അടു

ത്തേക്ക് ചെന്നു അവൾ ഇരുന്നിടത്ത് നിന്ന് എഴുന്നേറ്റ് സുദേവൻ അവളോടു പറഞ്ഞു.

"ഉത്തരേ... ഇന്ന് ഈ ഭൂമിയിൽ ഞാൻ ഏറ്റവും കൂടുതൽ സ്നേഹിക്കുന്നത് നിന്നെയാണ്. നിന്നെ എനിക്ക് സ്വന്തമാക്കണം. ഞാൻ നിന്നെ ഇപ്പോൾത്തന്നെ കൊണ്ടുപോകട്ടെ. എന്റെ ഭാര്യയായി നമുക്ക് മറ്റെവിടെയെങ്കിലും പോയി സുഖമായി ജീവിക്കാം."

ഉത്തര അവിശ്വസനീയതയോടെ സുദേവനെ നോക്കി. അവൾ തന്റെ ശരീരം മോഹിച്ചാണ് ഇവിടെ വന്നിരിക്കുന്നതെന്നാണ് താൻ വിചാരിച്ചത്. പക്ഷേ, അവൻ പറയുന്നത് അതല്ല. തനിക്കായി വച്ചു നീട്ടുന്നത് ഒരു ജീവിതമാണ്. സുദേവന്റെ വാക്കുകളിലെ ദൃഢത അവൾ തിരിച്ചറിഞ്ഞു. ഒരു പെണ്ണ് താൻ സ്നേഹിക്കുന്ന പുരുഷനിൽനിന്ന് കേൾക്കാൻ കൊതിക്കുന്ന വാക്കുകളാണ് തന്നോട് ഇപ്പോൾ സുദേവൻ പറഞ്ഞത്. പക്ഷേ, അവന്റെ ഭാര്യ ആകാനുള്ള യോഗ്യത തനിക്കില്ലെന്ന് മനസ്സിലാക്കിയ ഉത്തര കപട ഗൗരവത്തോടെ പറഞ്ഞു.

"നിങ്ങൾ പുറത്തുപോകൂ... അതോ ഇപ്പോൾ നിങ്ങൾ ഇവിടെ വന്നത് എന്നെ പ്രാപിക്കാനാണോ? എങ്കിൽ എനിക്കു സമ്മതമാണ്. അതിനുശേഷം നിങ്ങൾ എത്രയുംവേഗം ഇവിടെനിന്നും മടങ്ങിപ്പോകൂ."

അവൾ അസഹ്യതയോടെ മുഖം തിരിച്ചു നിന്നു.

"ഇല്ല ഉത്തരേ നിന്നെ വിവാഹം ചെയ്ത് എന്റെ ഭാര്യ ആക്കിയതിനുശേഷം മാത്രമേ ഞാൻ നിന്റെ ശരീരത്തിൽ സ്പർശിക്കൂ." സുദേവൻ പറഞ്ഞു.

"വിവാഹമോ..? സുദേവാ അങ്ങേക്ക് മനോനില തെറ്റിയോ? ദേവദാസിക്ക് വിവാഹം എന്നൊന്നില്ല. ഇതൊന്നും കേൾക്കാൻ എനിക്കു താല്പര്യം ഇല്ല."

ഉത്തര പുച്ഛത്തോടെ പറഞ്ഞു

"ഉത്തരേ എനിക്കറിയാം നീയെന്നെ തഴയുന്നത് എന്തിനാണെന്ന്. ഒരിക്കൽ നീ അറിയാതെയെങ്കിലും എന്നെ സ്നേഹിച്ചവളാണ്... നിന്റെ കണ്ണുകൾ ഒരായിരം വട്ടം അത് പറയുന്നുമുണ്ട്. ഞാൻ ഇന്നുനിന്നെ അതേപോലെതന്നെ സ്നേഹിക്കുന്നു. നീ ആരെയോ ഭയപ്പെടുന്നു. പക്ഷേ, എനിക്ക് ഭയമില്ല. നമുക്ക് ദൂരെ എവിടെയെങ്കിലും പോയി ജീവിക്കാം.. നീ എന്നോടൊപ്പം വരണം."

സുദേവൻ ആത്മാർത്ഥമായിത്തന്നെ പറഞ്ഞു. ഉത്തര സുദേവന്റെ കണ്ണുകളിലേക്ക് നോക്കി. അവന്റെ വാക്കുകളിലെ ദൃഢതയും ആത്മാർത്ഥതയും അവൾ തിരിച്ചറിഞ്ഞു. അവന്റെ കണ്ണിൽ ഒരു സ്നേഹക്കടൽ ഇരമ്പുന്നത് അവൾ കണ്ടു. ഉത്തര മുഖം കുനിച്ചു. അവളുടെ മനോഹരങ്ങളായ മിഴികൾ നിറഞ്ഞു കവിഞ്ഞു.

സുദേവൻ അവളുടെ മുഖം പിടിച്ചുയർത്തി. നിറഞ്ഞൊഴുകുന്ന മിഴികൾ അവൻ തുടച്ചു. തന്റെ ശരീരം മോഹിച്ചുവന്ന പുരുഷനെ മാത്രമേ ഉത്തര ഇതുവരെ കണ്ടിട്ടുള്ളൂ. തന്റെ സ്നേഹം മോഹിച്ച് ആദ്യമായിട്ടാണ് ഒരു പുരുഷൻ– ഉത്തര ചിന്തിച്ചു.

"എന്തിനാണ് നീ കരയുന്നത്..? നിന്നോടൊപ്പം ഞാനുണ്ട് എന്നും..."

സുദേവൻ പറഞ്ഞു. ഉത്തര അവന്റെ കൈകൾ പതുക്കെ മാറ്റി. അവൾ അവിടെനിന്നും ജനാലയ്ക്കലേക്ക് നടന്നു. പിറകേ സുദേവനും ജനാലയ്ക്കും പുറത്തു കൂടെ ഉത്തര വെളിയിലേക്ക് നോക്കി. സന്ധ്യ കഴിഞ്ഞിരിക്കുന്നു. അവൾ ഇരുളിലേക്കു നോക്കി പറഞ്ഞു.

"സുദേവാ അങ്ങെനിക്ക് ഒരു നല്ല ജീവിതം നല്കാൻ വന്നപ്പോൾ പകരം നല്കാൻ ഒരു നല്ല മനസ്സുപോലും എനിക്കില്ല. അങ്ങ് എല്ലാം മറക്കൂ.. പിന്നീട് ഈ മനസ്സും ശരീരവും മറ്റൊരു പെൺകുട്ടിക്ക് നല്കൂ. അവളോടൊപ്പം നന്നായി ജീവിക്കൂ. എന്നെപ്പോലൊരു പെണ്ണിന് പുരുഷനോടൊപ്പം സഹശയനം മാത്രമേ വിധിച്ചിട്ടുള്ളൂ. ജീവിതത്തിലെ നിറമുള്ള കാലം എനിക്ക് എന്നേ കഴിഞ്ഞു., പക്ഷേ, അങ്ങയെ ഞാൻ മറക്കില്ല സുദേവാ മരണം വരെ." ഉത്തരയുടെ കണ്ഠം ഇടറി. കണ്ണുകൾ ധാരയായി ഒഴുകി.

"നീ ആരുമായിക്കൊള്ളട്ടെ അതൊന്നും എനിക്ക് കുറവുകളല്ല. നീ എന്റെ പെണ്ണാണ്. എനിക്കാവശ്യം നിന്നെയാണ്. നീ വന്നില്ലെങ്കിൽ പിന്നെ സുദേവന്റെ ജീവിതത്തിൽ മറ്റൊരു പെണ്ണില്ല. സത്യം സത്യം, സത്യം." സുദേവൻ പറഞ്ഞു നിർത്തി. ഉത്തര വാക്കുകൾ കേട്ട് തളർന്നുപോയി. അവൾ ഒരു തേങ്ങലോടെ അവന്റെ മാറത്തേക്കു വീണു. സുദേവന് ഒരു ലോകം തന്നെ കൈവന്ന അനുഭവമായിരുന്നു. അവന്റെ മനസ്സ് സന്തോഷത്തിന്റെ പരിപൂർണ്ണമായ അവസ്ഥയിലായിരുന്നു. അവളെ തന്റെ നെഞ്ചോടടക്കിപ്പിടിച്ചുകൊണ്ട് അവൻ പറഞ്ഞു.

"ഞാൻ നിന്നെ ഇവിടെ നിന്നും രക്ഷിക്കും.

വരും.... ഒരു ദിവസം ഞാൻ വരും."

അവൻ അവളെ തന്റെ ശരീരത്തോടു ചേർത്തു നിർത്തി വെളിയിലേക്ക് കൈ ചൂണ്ടി പറഞ്ഞു.

"വരുന്ന അമാവാസി നാൾ. ആ കാണുന്ന മരത്തിനു ചുവട്ടിൽ രാത്രി പന്ത്രണ്ടു മണി ആകുമ്പോൾ ഞാൻ എത്തും. എന്നെ നിനക്കിഷ്ടമാണെങ്കിൽ അന്ന് നീ ഇറങ്ങിവരണം. ഇത് സുദേവന്റെ വാക്കാണ്. ഇതിനു മാറ്റമില്ല. ഇപ്പോൾ ഞാൻ പോകുന്നു. രാവേറെയായി നീ സമാധാനമായി ഉറങ്ങിക്കോളൂ." അവളുടെ നെറുകയിൽ ചുംബിച്ചിട്ട് സുദേവൻ അവിടെ നിന്നും യാത്രയായി. ഉത്തര ഒരു സ്വപ്നലോകത്തായിരുന്നു. അവളുടെ നാവുപോലും നിശ്ചലമായിപ്പോയി. ഒരു ശില കണക്കെ സുദേവൻ പോകുന്നതും നോക്കിനിന്നു.

മുറിക്കു വെളിയിൽ അപ്പോഴും മായയുടെ കാവൽ ഉണ്ടായിരുന്നു. അവൾ അവനെ ആരും കാണാതെ ദാസിപ്പുരയ്ക്ക് വെളിയിൽ ഇറക്കി. പക്ഷേ, അവിടെ രണ്ടു കണ്ണുകൾ മായയോടൊപ്പം ദാസിപ്പുരയിൽനിന്നും ഇറങ്ങിവന്ന സുദേവനിൽ പതിച്ചു. അതു മറ്റാരും ആയിരുന്നില്ല അത് സുരുചിയായിരുന്നു. അയാൾ അവൻ കാണാതെ ഒളിച്ചുനിന്നു. സുദേവൻ തന്നെ മറ്റാരെങ്കിലും കണ്ടോ എന്ന് ചുറ്റും നോക്കി ഉറപ്പുവരുത്തിയിട്ട് പടിപ്പുരയ്ക്ക് വെളിയിലിറങ്ങി നടന്നു. സുരുചിയുടെ കണ്ണുകൾ അവനെ പിന്തുടർന്നു.

ഇരുപത്തിമൂന്ന്

പിറ്റേന്ന് രാവിലെ കൗശികൻ പെരുമാളിന്റെ മാളികയിൽ തനിക്കായ് തന്നിരിക്കുന്ന മുറിയിൽ കണക്കുകളും മറ്റ് കാര്യങ്ങളും നോക്കിക്കൊണ്ടിരിക്കുകയായിരുന്നു. എങ്കിലും അയാളുടെ മനസ്സ് അസ്വസ്ഥനായിരുന്നു. സുദേവനെ ഇതുവരെ കണ്ടിട്ടില്ല ഉറക്കമുണർന്നിട്ടുമുണ്ടാവില്ല. ഇങ്ങനെ ഓരോന്നു ചിന്തിച്ചും മറ്റും ഇരിക്കുമ്പോൾ പുറത്ത് ഒരു കാല്പ്പെരുമാറ്റം കേട്ടു. കൗശികൻ പുറത്തേക്ക് തലതിരിച്ചു നോക്കി. വാതിലിനപ്പുറം സുരുചി കൗശികന് സുരുചിയെ അത്ര താല്പര്യം ഇല്ലെങ്കിലും അയാൾ അത് ഭാവിക്കാറില്ല. സുരുചിയെ കണ്ടതും കൗശികൻ അയാളെ അകത്തേക്കു ക്ഷണിച്ചു.

“വരൂ സുരുചീ.. എന്തൊക്കെയുണ്ട് വിശേഷങ്ങൾ..? സുഖം തന്നെയല്ലേ പറയൂ.” സുരുചി ചെറുചിരിയോടെ പറഞ്ഞു.

“ങാ... നല്ലവിശേഷം തന്നെ. നമ്മുടെ കൊച്ചു തമ്പുരാൻ എവിടെ..? കാണാറേയില്ല.”

കൗശികന്റെ മനസ്സിൽ ഒരു ആളൽ ഉണ്ടായി. സുരുചി വെറുതെ സുദേവനെ തിരക്കില്ല. ഈശ്വരാ ഇവന്റെ കണ്ണിലെങ്ങാനും കുട്ടൻ ചെന്നു പെട്ടോ..? അയാൾ മനസ്സിൽ പറഞ്ഞു. അതു പുറമെ കാണിക്കാതെ സുരുചിയോട് ചോദിച്ചു.

“എന്താ സുരുചി കുട്ടനെ അന്വേഷിക്കുന്നത്? എന്തെങ്കിലും സമ്മാനം കൊണ്ടുവന്നിട്ടുണ്ടോ?”

സുരുചി പ്രത്യേക താളത്തിൽ തലയാട്ടിക്കൊണ്ട് പറഞ്ഞു.

“ങും.. സമ്മാനം തന്നെ. പക്ഷേ, ഞാനല്ല. വലിയതമ്പുരാൻ തന്നെ കൊടുക്കും.”

ഇതുകേട്ട് കൗശികൻ ഉദ്വോഗത്തോടെ ചോദിച്ചു. "സുരുചി നീയെന്തിനാ ഇങ്ങനെ സംസാരിക്കുന്നത്? കുട്ടൻ എന്തെങ്കിലും അഹിതം ചെയ്തുവോ?"

"ഹേയ് അഹിതമല്ല... ഹിതം തന്നെ..." സുരുചി പറഞ്ഞു

"എന്താണ് നീ ഉദ്ദേശിക്കുന്നത് സുരുചി? എന്താണേലും പറയൂ."

കൗശികൻ ജിജ്ഞാസയോടെ ചോദിച്ചു. സുരുചി ഒരു വഷളൻ ചിരിയോടെ കൗശികന്റെ അടുത്തേക്ക് തന്റെ മുഖം നീട്ടിക്കൊണ്ട് പറഞ്ഞു.

"കൊച്ചുതമ്പുരാൻ ദാസിപ്പുര മാളിക സന്ദർശിക്കാൻ തുടങ്ങിയല്ലേ..?"

ഇതുകേട്ടതും കൗശികന് ഉറപ്പായി സുരുചി സുദേവനെ കണ്ടിരിക്കുന്നു. കൗശികൻ സംഭ്രമത്തോടെ പറഞ്ഞു.

"ഹേയ്.. ഒരിക്കലുമില്ല കുട്ടൻ ഇതറിയണ്ട തമ്പുരാനും..." സുരുചി ഒരു വഷളൻ ചിരിയോടെ പുറത്തേക്കു പോയി. കൗശികന് ഒരു കാര്യം ഉറപ്പായി. പെരുമാൾ ഈ വിവരം ഉടൻതന്നെ അറിയും. കാരണം സുരുചിയുടെ കണ്ണുകൾ കാണുന്നതും കാതുകൾ കേൾക്കുന്നതും ആര് വിലക്കിയാലും പെരുമാൾ അറിഞ്ഞിരിക്കും. പെരുമാളിന്റെ വിശ്വസ്ത ചാരനാണ് സുരുചി. കൗശികൻ വീണ്ടും അസ്വസ്ഥനായി. പെരുമാൾ ഇതറിയുമ്പോൾ തന്നെ വിളിക്കും. താൻ എന്തു പറയും ഒരെത്തും പിടിയും കിട്ടുന്നില്ല. ഏതു നേരത്തും പെരുമാളിന്റെ വിളി പ്രതീക്ഷിക്കാം. കൗശികൻ ഒരു വെരുകിനെപ്പോലെ മുറിയിലൂടെ അങ്ങോട്ടുമിങ്ങോട്ടും നടന്നു.

പിറ്റേന്ന് അതിരാവിലെതന്നെ പെരുമാളിന്റെ ഒരു പരിചാരകൻ കൗശികന്റെ വീട്ടിലെത്തി. കൗശികൻ എത്രയും പെട്ടെന്ന് പെരുമാളിന്റെ മുൻപിൽ എത്തണമെന്ന് ആവശ്യപ്പെട്ടു. കൗശികന്റെ ഹൃദയം പെരുമ്പറ കൊട്ടി. അയാൾ പെട്ടെന്നു തന്നെ പെരുമാളിന്റെ ഗൃഹത്തിലേക്കു യാത്ര തിരിച്ചു.

പടിപ്പുര കടന്നപ്പോൾ തന്നെ കണ്ടു പെരുമാൾ തന്റെ വരവു പ്രതീക്ഷിച്ച് മട്ടുപ്പാവിൽ നില്ക്കുന്നു. കൗശികനെ കണ്ടതും അകത്തേക്കു കയറി വരാൻ അയാൾ ആംഗ്യം കാട്ടി. കൗശികൻ അയാളുടെ മുമ്പിലെത്തി.

"കൗശികാ വിളിപ്പിച്ചത് മറ്റൊന്നിനുമല്ല സുദേവന്റെ കാര്യത്തിൽ എത്രയും പെട്ടെന്ന് ചില തീരുമാനങ്ങൾ എടുക്കണം." കേശവപ്പെരുമാൾ സൗമ്യനായി പറഞ്ഞു. അയാൾ തുടർന്നു.

"സുദേവന് എത്രയും പെട്ടെന്ന് ഒരു കുടുംബം ഉണ്ടാകണം." ഒന്നും അറിയാത്ത പോലെ കൗശികൻചോദിച്ചു.

"എന്താണ് ഇത്ര പെട്ടെന്ന് ഇങ്ങനെയൊരു തീരുമാനത്തിന്റെ ആവശ്യകത?..."

"ഞാനിനി എത്ര നാൾ...? കുട്ടന് ഒരു കുടുംബം അനിവാര്യമാണ്.

അവന് വിവാഹപ്രായവും ആയി. മാത്രമല്ല അവൻ ദാസിപ്പുരയിൽ സന്ദർശനം നടത്താനും തുടങ്ങിയിരിക്കുന്നു. അവന്റെ ജീവിതം വഴി തിരിയാതെ നോക്കണം. ഈ കണ്ണെത്താത്തദൂരം കിടക്കുന്ന സ്വത്തുക്കൾ എല്ലാം അവനുവേണ്ടി ഞാൻ സമ്പാദിച്ചതാണ്. അവന് അനുയോജ്യമായ ഒരു വിവാഹാലോചന ഞാൻ കണ്ടെത്തി. ഗജേന്ദ്രവിക്രമന്റെ മകളെ. കൗശികൻ അതിനുവേണ്ട ഏർപ്പാടുകൾ ഇന്നുതന്നെ തുടങ്ങണം."

കൗശികന് സന്തോഷം തോന്നി. അതാണ് ശരിയായ തീരുമാനം കുട്ടന് യോജിച്ച ബന്ധവും. കൗശികൻ സന്തോഷത്തോടെ പെരുമാളിനെ അറിയിച്ചു.

"ശരി തമ്പുരാനേ.. ഇന്നുതന്നെ ഞാൻ അതിനു വേണ്ട ഏർപ്പാടുകൾ ചെയ്തു തുടങ്ങാം."

"ങും... പക്ഷേ, തല്ക്കാലം കുട്ടൻ ഒന്നും അറിയേണ്ട. കൗശികാ.. നിങ്ങൾ പൊയ്ക്കോളൂ.." പെരുമാൾ പറഞ്ഞു

"ശരി തമ്പുരാനേ." വിനയത്തോടെ പറഞ്ഞുകൊണ്ട് കൗശികൻ താഴേക്കു പോയി.

പെരുമാളിന്റെ മനസ്സിൽ സുരുചിയുടെ വാക്കുകൾ പ്രകമ്പനം കൊണ്ടു. കൊച്ചു തമ്പുരാൻ ദാസിപ്പുര സന്ദർശിക്കുവാൻ തുടങ്ങിയിരിക്കുന്നു. ഉത്തര എന്ന ദാസിപ്പെണ്ണിൽ കൊച്ചുതമ്പുരാന്റെ മനം ഉടക്കിയിരിക്കുന്നു.

തന്റെ ഇംഗിതത്തിനുവേണ്ടി താൻ പാർപ്പിച്ചിട്ടുള്ള ദാസിപ്പെണ്ണാണവൾ. അവിടെ സുദേവൻ. എന്തെങ്കിലും ഒരു കാര്യം തീരുമാനപ്പെടുത്തിയിട്ടുവേണം അവനോടു സംസാരിക്കുവാൻ. മുള്ളിനെ മുള്ളുകൊണ്ടു തന്നെ എടുക്കണം. ഒരു പെണ്ണ് അവന്റെ ജീവിതത്തിൽ വരുമ്പോൾ അവന് മറ്റുള്ള താല്പര്യങ്ങളിൽനിന്ന് മോചനം നേടാൻ സാധിക്കും. അവളെ ഉത്തരയെ വെറുതെ വിടാൻ പാടില്ല. പെരുമാൾ ചിലതൊക്കെ മനസ്സിൽ ഉറപ്പിച്ചു.

സുദേവന് എത്രയും പെട്ടെന്ന് ദാസിപ്പുരയിൽനിന്ന് ഉത്തരയെ രക്ഷിക്കണം എന്ന ചിന്ത മാത്രമേ ഉണ്ടായിരുന്നുള്ളൂ. സൂര്യോദയത്തിലും പൂക്കളിലും എല്ലാം അവൻ അവളെ സ്വപ്നം കണ്ടുതുടങ്ങി. അവൻ ആകെ ഉന്മേഷവാനായി കാണപ്പെട്ടു.

എന്നാൽ പെട്ടെന്നൊരു ദിവസം പെരുമാൾ അവനെ വിളിപ്പിച്ചു. സുദേവൻ പെരുമാളിന്റെ മുറിയിൽ ചെന്നു. പെരുമാൾ ചിന്താമഗ്നനായി ജാലകത്തിലൂടെ പുറത്തേക്ക് നോക്കി നില്ക്കുകയായിരുന്നു. സുദേവന്റെ കാല്പെരുമാറ്റം കേട്ട് പെരുമാൾ തിരിഞ്ഞുനോക്കി.

"ങാ.. നീ വന്നോ? എനിക്ക് നിന്നോട് വളരെ പ്രധാനപ്പെട്ട ഒരു കാര്യം സംസാരിക്കാനുണ്ട്. മോനേ..." അയാൾ സ്നേഹത്തോടെ പറഞ്ഞു. വാത്സല്യത്തോടെ അവനെ തഴുകിക്കൊണ്ട് പെരുമാൾ തുടർന്നു.

"നാളെ നമുക്ക് മീനാക്ഷിപുരിയിൽവരെ ഒന്നു പോകണം. നീ

അറിയും.... ഗജേന്ദ്രവിക്രമനെ അവിടുത്തെ പ്രമാണിയാണ്. ഗജേന്ദ്രന് നിന്നെ വലിയ ഇഷ്ടമാണ്. അവനു നിന്നെ കാണണമെന്ന് ആശ പറഞ്ഞു. വെളുപ്പിനെ തന്നെ യാത്ര തിരിക്കണം. കുട്ടൻ തയ്യാറാകുക. ശരി... മോൻ പോയി വിശ്രമിച്ചുകൊള്ളൂ."

സുദേവൻ ഒന്നും മിണ്ടാതെ അവിടെനിന്നും ഇറങ്ങി. ഗജേന്ദ്രനെ സുദേവന് അറിയാമായിരുന്നു. മറ്റുള്ളവർ അയാൾ ഒരു നീചനാണെന്നാണ് പറഞ്ഞു കേട്ടിട്ടുള്ളത്. അച്ഛൻ തന്നെക്കൂട്ടി എന്തിനാണ് അവിടേക്ക് പോകുന്നത്. എന്തോ പദ്ധതിയുണ്ട്. ങാ... എന്തായാലും പോകുക തന്നെ. സുദേവൻ ഉറപ്പിച്ചു. അവൻ മുറിയിലെത്തി ഉറങ്ങാനായി കിടന്നു ഉത്തരയുടെ മുഖം മനസ്സിൽ നിറഞ്ഞു അവൻ കണ്ണുകളടച്ചു കിടന്നു. അവളുടെ സൗരഭം അവന് അനുഭവപ്പെട്ടു. അവൻ നിദ്രയിലേക്ക് ആഴ്ന്നു.

ഇരുപത്തിനാല്

നേരം പുലരുന്നതിനു വളരെ മുൻപുതന്നെ പെരുമാളിനൊപ്പം സുദേവനും കൗശികനും മീനാക്ഷിപുരിയിലേക്കു യാത്ര തിരിച്ചു. യാത്ര യുടെ ഉദ്ദേശ്യം കൗശികനോട് ആരാഞ്ഞെങ്കിലും അയാൾ ഒന്നും അറി യില്ലെന്നാണ് മറുപടി നല്കിയത്. അച്ഛൻ കൂടെ ഉള്ളതുകാരണം നിർബ്ബ ന്ധിക്കാനും വയ്യ. ഉച്ചയോടെ അവർ മീനാക്ഷിപുരിയിൽ എത്തി.

ഗജേന്ദ്രന്റെ മാളികയ്ക്കു മുൻപിൽ അവർ വന്ന കാളവണ്ടി നിന്നു. അതിൽനിന്നും അവർ മൂവരും ഇറങ്ങി ഗജേന്ദ്രൻ പെട്ടെന്ന് വെളിയി ലേക്കു വന്ന് അവരെ സ്വീകരിച്ചു പെരുമാളിനെ സന്തോഷത്തോടെ കെട്ടി പ്പിടിച്ചു. കുശലപ്രശ്നങ്ങൾ നടത്തി സുദേവനെയും ആശ്ലേഷിച്ചു. അവരെ അയാൾ അകത്തേക്ക് ആനയിച്ചു.

അകത്തളം കൊട്ടാര സദൃശമായിരുന്നു. വളരെ മനോഹരമായ ഇരി പ്പിടങ്ങളാലും ചിത്രപ്പണികളാലും മറ്റും അലങ്കരിച്ച വിശാലമായ മുറി യിലേക്കാണ് അവർ കടന്നുചെന്നത്. സുദേവൻ ചുറ്റുപാടും ശ്രദ്ധിച്ചു. ഗജേന്ദ്രന്റെ പ്രൗഢി വിളിച്ചോതുന്ന തരത്തിൽ ഉള്ളതായിരുന്നു ആ മാളി ക. ഗജേന്ദ്രൻ അവരെ ആനയിച്ച് ഉപവിഷ്ടരാക്കി.

ഗജേന്ദ്രന്റെ ചില ബന്ധുക്കളും അവിടെ സന്നിഹിതരായിരുന്നു. അവർ ഏതോ വിവാഹത്തെക്കുറിച്ച് സംസാരിക്കാൻ തുടങ്ങി. സുദേ വൻ അത് ശ്രദ്ധിച്ചതേയില്ല. അവന് അവിടെ നിന്ന് പോയാൽ മതിയെ ന്നായിരുന്നു. അപ്പോഴാണ് ഗജേന്ദ്രൻ അകത്തേക്കു നോക്കി ആരെയോ വിളിച്ചത്. അല്പം കഴിഞ്ഞപ്പോൾ മൂന്നു സ്ത്രീകൾ പുറത്തേക്കുവന്നു. നടുവിലായി വളരെ മനോഹരിയായ ഒരു പെൺകുട്ടിയും ഇരുവശത്തു മായി രണ്ടു സ്ത്രീകളും. അവർ ഗജേന്ദ്രന്റെ സമീപത്തായി വന്നു നിന്നു. സ്ത്രീകളുടെ കൈവശം പലതരത്തിലുള്ള പലഹാരങ്ങളും പാനീ

യങ്ങളും ഉണ്ടായിരുന്നു. അവർ അത് ഇരിക്കുന്നവർക്കു മുൻപിലായുള്ള പീഠത്തിൽ വച്ചു. സുദേവൻ അതൊന്നും ശ്രദ്ധിക്കാതെ അലക്ഷ്യമായി നോക്കിയിരുന്നു. എന്നാൽ പെരുമാൾ പെൺകുട്ടിയെ സാകൂതം വീക്ഷിച്ചു. തന്റെ പുത്രവധു ആകാൻ പോകുന്നവളാണ് ആ പെൺകുട്ടി. തന്റെ പുത്രിക്ക് സമം അയാൾ സംതൃപ്തിയോടെ പുഞ്ചിരിയോടെ അവളെ നോക്കി. അയാൾക്ക് അവളെ നന്നേ ബോധിച്ചു.

ഗജേന്ദ്രൻ സുദേവനെ നോക്കി പറഞ്ഞു.

"സുദേവാ... നോക്കൂ. ഇവൾ എന്റെ മകൾ തിലോത്തമ... നിന്റെ ഭാര്യ ആകാൻ പോകുന്നവൾ."

സുദേവൻ ഞെട്ടി കണ്ണുകളുയർത്തി ആ പെൺകുട്ടിയെ നോക്കി അവൾ നാണത്താൽ നമ്രമുഖിയായി നില്ക്കുന്നു. സുദേവന് കണ്ണിൽ ഇരുട്ട് കയറുന്നതുപോലെ തോന്നി. അവൻ പെരുമാളിനെ നോക്കി അയാൾ വളരെ സന്തോഷവാനായി കാണപ്പെട്ടു സുദേവന് അവിടെ നിന്നും എഴുന്നേറ്റ് പോകണമെന്ന് തോന്നി.

"ങും... മോൾ ഇനി അകത്തേക്കു പൊയ്ക്കോളൂ." പെരുമാൾ പറഞ്ഞു. പെൺകുട്ടി വന്നതുപോലെ അകത്തേക്കു പോയി. സുദേവന് തൊണ്ട വരളുന്നതുപോലെ തോന്നി. ആകെ ഒരു തളർച്ച. അവൻ ഇരിപ്പിടത്തിലേക്കു ചാഞ്ഞു. അവന്റെ അവസ്ഥകണ്ട് പെരുമാളും ഗജേന്ദ്രനും പൊട്ടിച്ചിരിച്ചു. അവർ ഭക്ഷണം കഴിച്ചുതുടങ്ങി. സുദേവനെ അവർ നിർബ്ബന്ധിച്ചു. പക്ഷേ, അവൻ അവിടെനിന്നും എഴുന്നേറ്റ് പുറത്തേക്കു പോയി. പുറത്ത് കൗശികൻ ഇരിക്കുന്നത് കണ്ട് അവൻ അയാളുടെ സമീപത്തേക്കു നടന്നു.

സുദേവൻ ആഹാരം കഴിക്കാതെ പോയതിൽ ഗജേന്ദ്രൻ പരിഭവിച്ചു. പെരുമാൾ ചിരിച്ചു കൊണ്ടു പറഞ്ഞു.

"ഓ... അതു സാരമില്ല. അവനെ അറിയിക്കാതെ കൊണ്ടുവന്നതിലുള്ള പരിഭവമാണ്. അത് ഞാൻ തീർത്തോളാം. താൻ ധൈര്യമായിരിക്ക്. വിവാഹം ഉടനെ നടത്താനുള്ള ഏർപ്പാടുകൾ ചെയ്യ്. അതു കഴിയുമ്പോൾ അവന്റെ പരിഭവം ഒക്കെ മാറിക്കൊള്ളും."

ഗജേന്ദ്രനും ചിരിച്ചു. എന്നിട്ട് അയാൾ പറഞ്ഞു:

"അതേയതെ... വിവാഹം കഴിയുമ്പോൾ ഒക്കെ മാറും.."

"അപ്പോൾ പിന്നെ ഞങ്ങൾ യാത്രയാവട്ടെ. സന്ധ്യക്കു മുൻപ് അങ്ങെത്തണം." പെരുമാൾ പറഞ്ഞു

എന്നാൽ പിന്നെ അങ്ങനെയാവട്ടെ.. ഗജേന്ദ്രൻ അതിനോടു യോജിച്ചു. പെരുമാൾ എല്ലാവരോടും നോക്കി കൈകൂപ്പി യാത്ര ചോദിച്ചു.

അതേസമയം കൗശികന്റെ അടുത്തെത്തിയ സുദേവൻ കൗശികനോട് ദേഷ്യത്തിൽ പറഞ്ഞു.

"നിങ്ങൾക്കെങ്കിലും എന്നോട് പറയാമായിരുന്നു ഈ നാടകത്തെക്കുറിച്ച്." കൗശികൻ ഒന്നു പതറി. എന്നിട്ട് തപ്പിത്തടഞ്ഞു. "അത്.. പിന്നെ കുട്ടാ.." സുദേവൻ കോപത്തോടെ അറിയിച്ചു. "വേണ്ട ഒന്നും പറയണ്ട.

ആരുടെയും മോഹം നടക്കാൻ പോകുന്നില്ല."

"കൗശികൻ അച്ഛനോട് പറഞ്ഞേക്കു എനിക്കിതിന് സമ്മതമല്ല." കൗശികൻ നിസ്സഹായതയോടെ പറഞ്ഞു

"മോനേ അച്ഛനെ എതിർക്കേണ്ട. അദ്ദേഹം ഒന്നു തീരുമാനിച്ചാൽ പിന്നെ അതിൽ മാറ്റമില്ല."

"കുട്ടന് അത് അറിയാവുന്നതല്ലേ.."

"ആ... അച്ഛന്റെ മോൻതന്നെയാണ് സുദേവൻ അതും മറക്കണ്ട." ഇങ്ങനെ പറഞ്ഞ് ദേഷ്യത്തോടെ സുദേവൻ കാളവണ്ടിക്കരികിലേക്ക് പോയി.

കാളവണ്ടിയിൽ ഇരുന്നുകൊണ്ട് സുദേവൻ വെറുതെ ആ മാളിക യിലേക്ക് നോക്കി. രണ്ടു കണ്ണുകൾ ജനാലയിൽ കൂടി തനിക്കു നേരെ നീണ്ടുവരുന്നതു കണ്ടു. തന്റെ നോട്ടം എത്തിയതും അവ പെട്ടെന്ന് മറഞ്ഞു. തന്റെ ജീവിതത്തിൽ ഉത്തരയ്ക്കല്ലാതെ മറ്റൊരു പെണ്ണിനും സ്ഥാനമില്ല. സുദേവൻ ഉറപ്പിച്ചു.

പെരുമാൾ പോകാനായി ഇറങ്ങി കാളവണ്ടിക്കരികിലെത്തി. പിറകെ ഗജേന്ദ്രനും മറ്റും യാത്ര അയക്കാനായി ഉണ്ടായിരുന്നു. അവർ യാത്ര യായി.

സന്ധ്യക്കു മുൻപായി അവർ പെരുമാളിന്റെ ഗൃഹത്തിൽ എത്തി. പെരുമാൾ അതീവ സന്തോഷത്തിലായിരുന്നു. അയാൾ സുദേവനോട് സ്നേഹത്തോടെ പറഞ്ഞു.

"ദേവാ നമുക്കുചേരുന്ന ബന്ധം.... നല്ല കുട്ടിയാ അവൾ. ഞാനിനി എത്രനാൾ. നീ ഗൃഹസ്ഥനാകാൻ സമയമായി. നിന്നോട് പറഞ്ഞാൽ നീ വിസമ്മതിച്ചെങ്കിലോ എന്നു കരുതിയാണ് ഈ വിവരം നിന്നെ അറി യിക്കാതിരുന്നത്. നിനക്ക് ഒരു കുടുംബം അനിവാര്യമാണ്. മറ്റൊന്നും കേൾക്കാൻ ഞാൻ ആഗ്രഹിക്കുന്നില്ല. കൗശികനോട് ആലോചിച്ച് വേണ്ട നിർദ്ദേശങ്ങൾ കൊടുത്ത് എത്രയും പെട്ടെന്ന് ഈ വിവാഹം നടത്താൻ വേണ്ട ഏർപ്പാടുകൾ ചെയ്യൂ..."

സുദേവൻ ഒന്നും മിണ്ടിയില്ല. പെരുമാൾ അകത്തേക്കു നടന്നു. സുദേ വൻ ചിന്താകുലനായി.

ഇപ്പോൾ താൻ ഉത്തരയെക്കുറിച്ച് പറഞ്ഞാൽ അച്ഛൻ അവളെ കൊന്നു കളയാനും മടിക്കില്ല. ഇവിടെ ബുദ്ധിപൂർവ്വം കാര്യങ്ങൾ നീക്കണം. വരുന്ന അമാവാസിവരെ പിടിച്ചു നില്ക്കണം. പിന്നെ അവ ളെയും കൊണ്ട് ഈ ദേശം വിടണം. അച്ഛൻ തേടിവരാത്തത്ര ദൂരത്തേക്ക് പോകണം. തന്റെ പിതാവിന്റെ ക്രൂരതയാൽ സ്വന്തം ജീവിതം കൈമോശം വന്ന പെൺകുട്ടിയാണവൾ. അവളെ രക്ഷിക്കണം. സ്വന്തമാക്കണം. തന്റെ കടമ നിറവേറ്റണം. അവൻ ഉറച്ച മനസ്സുമായി തന്റെ മുറി ലക്ഷ്യമാക്കി നടന്നു.

ഇരുപത്തിയഞ്ച്

അന്ന് ഒരു വിശേഷപ്പെട്ട ദിവസമായിരുന്നു. ദാസിപ്പുര മാളികയിൽ ഒരു ഉത്സവത്തിന്റെ പ്രതീതി. പെരുമാൾ തന്റെ ചങ്ങാതിമാരുമൊത്ത് ദാസിപ്പുരയിൽ സമ്മേളിക്കുന്ന ദിനം. പലദേശത്തുനിന്നും പെരുമാളിന്റെ ചങ്ങാതിമാർ എല്ലാവരും സന്ധ്യയോടെ അതിഥി മന്ദിരത്തിൽ എത്തിച്ചേർന്നു. അവരുടെ സന്തോഷത്തിനു വേണ്ടി പെരുമാൾ എല്ലാ ഒരുക്കങ്ങളും നടത്തി.

നേരം അന്തി മയങ്ങി. സൂര്യൻ പടിഞ്ഞാറ് ചക്രവാളത്തിൽ പോയി ഒളിച്ചു. ദാസിമാളികയുടെ ചുറ്റുമുള്ള വിളക്കുകളെല്ലാം പ്രകാശിച്ചു. മാളികയുടെ അകത്തളം വളരെ മനോഹരമായി അലങ്കരിച്ചിരിക്കുന്നു.

പെരുമാൾ സന്ധ്യയോടെ ദാസിപ്പുരയിൽ എത്തി അതിഥി മന്ദിരത്തിലെത്തിയ തന്റെ സുഹൃത്തുക്കളുടെ ക്ഷേമാന്വേഷണങ്ങൾക്കും അവരോടൊപ്പമുള്ള വിരുന്നു സൽക്കാരത്തിനും ശേഷം അവർ ദാസിപ്പുരയിലേക്കു പോയി.

മാളികയുടെ അകത്തളത്തിൽ ഒത്ത നടുക്കായി ഒരു ഹിന്ദുസ്ഥാനി ഗായകസംഘം മനോഹരമായ ഗാനങ്ങൾ ആലപിക്കുന്നു. അവിടേക്കു കയറി വരുന്ന ആളുകളെ ദാസികൾ യഥോചിതം സ്വീകരിച്ച് ഉപവിഷ്ടരാക്കുന്നു. പെരുമാൾ തനിക്കായുള്ള ഇരിപ്പിടത്തിൽ ഇരുന്നു. ഏതാനും ദേവദാസികൾ നൃത്തംചെയ്യാൻ തുടങ്ങി. ചില ദാസിമാർ പെരുമാളിനും സുഹൃത്തുക്കൾക്കും മധു ചഷകങ്ങളുമായി വന്ന് മദ്യം വിളമ്പുന്നു.

ഒരു ദേവേന്ദ്രസദസ്സു പോലെയായിരുന്നു അവിടം. പെരുമാളും സുഹൃത്തുക്കളും മദ്യലഹരിയിൽ ആടിക്കുഴഞ്ഞു. പെട്ടെന്ന് പെരുമാൾ എന്തോ ഓർത്തിട്ടെന്നവണ്ണം മായയെ വിളിച്ചു. പെരുമാളിന്റെ സമീപം ചെന്ന മായയോട് അയാൾ ഉത്തരയെ ഈ സദസ്സിൽ നൃത്തം ചെയ്യാൻ

ആവശ്യപ്പെട്ടതായി അറിയിക്കൂ എന്നു പറഞ്ഞു. മായയുടെ മനസ്സിൽ ഒരു വെള്ളിടി വെട്ടി. ഇത്രയും നാൾ അവൾക്ക് ആ ദുർഗ്ഗതി അനുഭവിക്കേണ്ടി വന്നിട്ടില്ലായിരുന്നു. പെരുമാളിന് കൂടുതൽ താല്പര്യം ഉള്ള ദാസികളെ ഇവിടേക്ക് നൃത്തത്തിനായി വിളിക്കുക പതിവില്ല. പക്ഷേ, ഇന്ന് ഉത്തര... മായയ്ക്ക് ആകെ സങ്കടമായി. പക്ഷേ, പെരുമാളിന്റെ വാക്കുകൾ ധിക്കരിക്കുവാൻ അവൾക്കാകുമായിരുന്നില്ല. മായ ഉത്തരയുടെ മുറിയിലേക്കു പോയി.

ഉത്തര മുറിയിൽ വിശ്രമിക്കുകയായിരുന്നു. താഴെ നടക്കുന്ന കള്ളുസഭയിൽ അവൾ ഒരിക്കൽപ്പോലും പ്രത്യക്ഷപ്പെട്ടില്ല. മായ മുറിക്കുള്ളിലേക്കു കയറി വന്നപ്പോൾ ഉത്തര എഴുന്നേറ്റു മായയുടെ മുഖം വാടിയിരിക്കുന്നു. ഉത്തര ആകെ അസ്വസ്ഥയായി.

“എന്തുപറ്റി മായമ്മേ.. എന്തോ സങ്കടം ഉണ്ടല്ലോ.” ഉത്തര ചോദിച്ചു. “അതേ ഉത്തരേ. പെരുമാൾ നിന്നെ നൃത്തം ചെയ്യാനായി ക്ഷണിക്കുന്നു. വേഗം തയ്യാറായി ചെല്ലൂ.”

മായ പറഞ്ഞു ഇതുകേട്ട് ദേഷ്യത്തോടെ ഉത്തര പറഞ്ഞു

“ഇല്ല ഞാൻ പോവില്ല. പെരുമാളിന്റെ കള്ളുസഭയിൽ ആടാൻ എനിക്കാവില്ല.”

മായ സ്നേഹപൂർവ്വം അവളെ നിർബ്ബന്ധിച്ചു. ഉത്തര മുഖം വീർപ്പിച്ചിരുന്നു.

“മോളേ മറുത്തു പറയാൻ നമുക്ക് അവകാശമില്ല. അദ്ദേഹം കാത്തിരിക്കുന്നു. താമസിച്ചാൽ അദ്ദേഹത്തിനു ദേഷ്യം വരും. വരൂ ഞാൻ നിന്നെ അണിയിച്ചൊരുക്കാം.” അവസാനം ഉത്തര വഴങ്ങി. കാരണം ഉത്തരയ്ക്കറിയാം അവിടെ ആടാതെ വേറെ നിവൃത്തിയില്ലെന്ന് മായമ്മയ്ക്ക് എന്തു ചെയ്യാൻ കഴിയും. മായമ്മ നിസ്സഹായയാണ്.

അവൾ എഴുന്നേറ്റു. മായ അവളുടെ നർത്തന വേഷങ്ങൾ അലമാരിയിൽനിന്നെടുത്ത് അവൾക്കു നല്കി. മായയുടെ കണ്ണുകൾ നിറഞ്ഞു വരുന്നുണ്ടായിരുന്നു. പടികൾക്കു മുകളിൽ നിന്നുകൊണ്ട് ഉത്തര വീക്ഷിച്ചു. മദ്യപിച്ച് ലക്കുകെട്ടിരിക്കുന്ന കുറെ പ്രമാണിമാർ. അവരോടൊപ്പം പെരുമാളും. ദേവദാസികൾ നൃത്തം ചെയ്തുകൊണ്ടിരിക്കുന്നു. താളമേളവാദ്യക്കാർ മുതൽ അത് ആസ്വദിച്ചിരുന്നു.

പെട്ടെന്ന് പെരുമാൾ പടിയിറങ്ങി വരുന്ന ഉത്തരയെ കണ്ടു. അയാളുടെ കണ്ണുകൾ ഒറ്റ നിമിഷം വികസിച്ചു. പിന്നീട് അയാൾ വികൃതമായി പൊട്ടിച്ചിരിച്ചു. വാദ്യമേളക്കാരേയും പാട്ടുകാരേയും കൈയെടുത്തു തടഞ്ഞു. അവിടം പെട്ടെന്ന് നിശ്ശബ്ദമായി ദേവദാസികൾ നൃത്തം അവസാനിപ്പിച്ചു. എല്ലാവരും പെരുമാളിന്റെ കണ്ണുകളെ പിന്തുടർന്നു. എല്ലാവരും ഉത്തരയെ കണ്ടു.

പെരുമാൾ എഴുന്നേറ്റ് ഇപ്രകാരം പറഞ്ഞു. “എന്റെ പ്രിയ സ്നേഹതരേ നിങ്ങൾ ഇതുവരെ കണ്ടത് നൃത്തമല്ല. വെറും പേക്കൂത്ത്. ഇനിയും ഇവിടെ നടക്കാൻ പോകുന്നത് ആണ് സാക്ഷാൽ നടനം. ഇന്ദ്രസദസ്സിലെ

ദേവസുന്ദരികളുടെ നൃത്തത്തേക്കാൾ മനോഹരം ആസ്വദിക്കൂ."

ഉത്തരയെ ആംഗ്യത്താൽ അയാൾ സദസ്സിലേക്ക് ക്ഷണിച്ചു. മറ്റുള്ള ദേവദാസികളോട് പോകാൻ കൈകൊണ്ട് ആജ്ഞ കൊടുത്തു. ഒപ്പം വാദ്യമേളക്കാരോട് വാദ്യമേളം തുടങ്ങാൻ ആജ്ഞാപിച്ചു. അവിടെ ഇരിക്കുന്ന പ്രമാണിമാർ അവളെ അന്തംവിട്ട് നോക്കി. വായ് പൊളിച്ചിരുന്നു പോയി. അത്ര മനോഹരിയായിരുന്നു അവൾ. അവർ അവളെ കണ്ട് ആഹ്ലാദ ശബ്ദം പുറപ്പെടുവിച്ചു. ആഹാ..

വാദ്യമേളങ്ങളോടൊപ്പം അവൾ ചടുലതയോടെ നൃത്തം ചെയ്തു തുടങ്ങി. മായ നിറകണ്ണുകളോടെ ആ കാഴ്ച കണ്ടുനിന്നു. പെരുമാളിന്റെ സുഹൃത്തുക്കൾക്ക് ഹരം പിടിച്ചു തുടങ്ങി. അവർ താളം പിടിക്കാൻ ആരംഭിച്ചു. അവരുടെ താളങ്ങൾക്കനുസരിച്ച് നൃത്തം ചെയ്യാൻ അവൾ നിർബ്ബന്ധിതയായി. ഉത്തരയുടെ കണ്ണുകൾ കരഞ്ഞ് ചുവന്നു. അവൾ അങ്കക്കലിയോടെ നൃത്തം ചെയ്തു. കേശവപ്പെരുമാൾ അവളുടെ നടനം ആസ്വദിച്ച് മദോന്മത്തനായി അങ്ങനെ കിടന്നു.

ഉത്തരയുടെ കാല്പാദങ്ങൾ വേദനിച്ചു തുടങ്ങി. പക്ഷേ, താളം കൊഴുക്കുകയാണ്. അവൾക്ക് നൃത്തം അവസാനിപ്പിക്കാൻ കഴിയുമായിരുന്നില്ല. ആരോടൊക്കെയോ ഉള്ള പക പോലെ അവൾ നിറഞ്ഞാടി. അവളുടെ ഓരോ കാലടികളും നിണപ്പാടുകളായി. ഉത്തര അതൊന്നും അറിയുന്നുണ്ടായിരുന്നില്ല. അവസാനം അവൾ കുഴഞ്ഞു വീണു. താളം നിലച്ചു മായ അവളുടെ അടുത്തേക്ക് ഓടിയടുത്തു. എന്നാൽ അവളെ തൊടാൻ പെരുമാൾ അനുവദിച്ചില്ല. പകരം അവളോട് മാറി നില്ക്കാൻ അയാൾ ആവശ്യപ്പെട്ടു. അവൾ നിസ്സഹായയായി പിൻവാങ്ങി.

ദാസിമാർ ഓരോരുത്തരും പ്രമാണിമാരോടൊപ്പം ശയ്യാ ഗൃഹത്തിലേക്ക് യാത്രയായി. ഏതാനും ചിലർ ഉത്തരയെ കാമാർത്തിയോടെ നോക്കി. അവൾ ചലനമറ്റ് കിടക്കുകയാണ്. പെരുമാൾ അവർക്ക് കൈകൊണ്ട് അനുവാദം കൊടുത്തു. ഇരയെ കിട്ടിയ വ്യാഘ്രങ്ങളെപ്പോലെ അവർ അവളുടെ മേൽചാടി വീണു. ആ രംഗം കാണാനാവാതെ മായ അവിടെ നിന്നും കരഞ്ഞുകൊണ്ട് ഓടിപ്പോയി. ഒരു പൂമാല പിച്ചിച്ചീന്തും പോലെ ഉത്തര നശിപ്പിക്കപ്പെടുന്നത് അർദ്ധമയക്കത്തിൽ കണ്ട് പെരുമാൾ ആസ്വദിച്ചു. അയാൾ ചിരിച്ചു.

"ഉത്തര ഫൂ" അയാൾ പുച്ഛത്തോടെ നീട്ടിത്തുപ്പി.

നേരം പുലരാൻ ഇനി ഏതാനും സമയം ബാക്കി. മായ ശബ്ദം ഉണ്ടാക്കാതെ അവിടേക്കു വന്നു. ആ വിശാലമായ മുറിയുടെ പല ഭാഗത്തായി പ്രമാണിമാർ നഗ്നരായി കിടക്കുന്നു. പെരുമാൾ ആട്ടുകട്ടിലിൽ നല്ല മയക്കത്തിലാണ്. അവൾ ഉത്തരയെ തിരഞ്ഞു. അവിടെ ഒരു കോണിൽ നിശ്ചലയായി കിടക്കുന്നു. മായ പെട്ടെന്ന് അവൾക്കു സമീപം ചെന്നു. വിവസ്ത്രയായി കിടക്കുന്ന അവളെ പെട്ടെന്ന് മായ ഒരു തുണിയെടുത്തു പുതപ്പിച്ചു. ഉത്തര ഞരങ്ങി.. വെള്ളം... വെള്ളം.

മായ അവിടമാകമാനം നോക്കി കൂജയിൽ കുറച്ചു വെള്ളം പകർന്ന്

ഉത്തരയുടെ വായിൽ ഒഴിച്ചു കൊടുത്തു. ഇതളുകൾ തല്ലിക്കൊഴിച്ച പനിനീർപ്പൂവുപോലെ തകർന്നുപോയിരിക്കുന്നു ഉത്തര. മായ ഉത്തരയെ താങ്ങി എഴുന്നേല്പിച്ചു. ആരും കാണാതെ അവളെ മുറിയിലേക്കു കൊണ്ടുപോയി അവളെ പതുക്കെ കിടക്കയിൽ കിടത്തി. അവൾ ഞരങ്ങി. മായ അവളെ തലോടി. ശരീരം മുഴുവൻ മുറിപ്പാടുകളാണ്. മായ മരുന്നെടുത്ത് അവയിൽ പുരട്ടി. ഇടയ്ക്കൊക്കെ വേദനകൊണ്ട് ഞരങ്ങി. അവൾ കണ്ണു തുറന്നതേയില്ല. മായ അവളെ നന്നായി പുതപ്പിച്ചു കിടത്തി. അവളെ ഉറങ്ങാൻ വിട്ടിട്ട് ആ മുറിയിലെ ആട്ടുകട്ടിലിൽ അവളെ നോക്കി മായ ഇരുന്നു. ഉത്തര വന്ന നാൾ മുതൽ തനിക്ക് മകളെപ്പോലെയാണ്. അവൾക്കു വന്ന ദുർഗ്ഗതി ഓർത്ത് അവരുടെ നെഞ്ചുപൊട്ടി. അങ്ങനെ ഓരോന്ന് ഓർത്തിരിക്കെ നേരം വെളുത്തു.

മായ ഉത്തരയുടെ സമീപം എത്തി. അവൾ അപ്പോഴും കണ്ണുതുറന്നില്ല. അവളുടെ നെറ്റിമേൽ കൈത്തലം വച്ചു. നല്ല ചൂടുണ്ട്. നെറ്റിയിൽ നല്ല തണുപ്പനുഭവപ്പെട്ടപ്പോൾ ഉത്തര കണ്ണുകൾ തുറന്നു. തലേദിവസത്തെ നടുക്കുന്ന രാത്രി പെട്ടെന്ന് അവളുടെ ഓർമ്മയിൽ എത്തി. ആ ഓർമ്മ അവളിൽ ഒരു നടുക്കമായി പ്രത്യക്ഷപ്പെട്ടു. അവളുടെ കണ്ണുകൾ നിറഞ്ഞൊഴുകി.

“മോളേ... നിനക്ക് പനിക്കുന്നുണ്ട്.” മായ പറഞ്ഞു. മരിച്ചാൽ മതിയെന്നുള്ള ചിന്ത ഉത്തരയെ ഭരിച്ചു. അവൾ കണ്ണുകളടച്ച് കിടന്നു. അവളെ നോക്കി അലിവോടെ മായ പറഞ്ഞു.

“ദേവദാസിയായി ജനിച്ചവർക്ക് ഒരു സ്വപ്നം പോലും സ്വന്തമായില്ല കുട്ടീ... നിനക്ക് ഒന്നും സംഭവിച്ചിട്ടില്ല എന്നു വിചാരിക്കണം. നീ ഒന്നും ഓർത്ത് വിഷമിക്കരുത് മോളേ... നിനക്ക് ഒരു നല്ല കാലം വരും സുദേവൻ വരും നിന്നെ കൊണ്ടുപോകും.”

ഉത്തര ഒന്നും മിണ്ടിയില്ല. മായ അവളുടെ നെറ്റിയിൽ ഒരു ചെറിയ കഷണം തുണി നനച്ചിട്ടു. ശേഷം അവളോട് പറഞ്ഞു.

“നീ വിശ്രമിക്ക് ഞാൻ അല്പം മരുന്നുണ്ടാക്കി കൊണ്ടുവരാം.”

മറുപടി പ്രതീക്ഷിക്കാതെ മായ പുറത്തേക്കു പോയി. ഉത്തരയുടെ കണ്ണുകൾ നിറഞ്ഞൊഴുകിക്കൊണ്ടിരുന്നു അവളുടെ മനസ്സിൽ പെരുമാളിനോടുള്ള ദേഷ്യം വർദ്ധിച്ചുകൊണ്ടിരുന്നു. ഒന്നുകിൽ ഇനി മരണം അല്ലെങ്കിൽ ഇവിടെ നിന്ന് എങ്ങനെയും രക്ഷപ്പെടണം. ഉത്തര മനസ്സിൽ ഉറപ്പിച്ചു. അതിന് സാഹചര്യം ഉണ്ടാകുന്നതുവരെ എങ്ങനെയെങ്കിലും പൊരുത്തപ്പെട്ടു ജീവിക്കണം. അവൾ തീരുമാനിച്ചു.

ഇരുപത്തിയാറ്

ഉത്തരയ്ക്ക് സംഭവിച്ച ദുർഗ്ഗതിയെക്കുറിച്ച് സുദേവൻ ഒന്നും അറിഞ്ഞില്ല. കാരണം കൗശികനെപ്പോലും പെരുമാൾ അന്നു നടന്ന ആഘോഷത്തിനെക്കുറിച്ചുള്ള അറിവ് നല്കിയില്ല. കൗശികൻ അറിഞ്ഞാൽ സുദേവന്റെ ചെവിയിൽ വാർത്ത എത്തിപ്പെടുമോ എന്നു പെരുമാൾ ശങ്കിച്ചു. തന്റെ ഏറ്റവും വിലമതിക്കപ്പെട്ട സ്വത്താണ് തന്റെ മകൻ. അവന്റെ ജീവിതം ഒരു ദേവദാസിപ്പെണ്ണിനുവേണ്ടി ഹോമിക്കപ്പെടേണ്ടതല്ല. അവളെ ഈ ഭൂമിയിൽനിന്നു വേണമെങ്കിലും തനിക്ക് ഇല്ലാതാക്കാം. പക്ഷേ, അങ്ങനെ ചെയ്താൽ അതിനു കാരണം താനാണ് എന്ന് അവൻ ഊഹിക്കും. ഉത്തര തികച്ചും ഒരു ദേവദാസി മാത്രമാണ് എന്ന് ബോദ്ധ്യപ്പെടുത്താനാണ് അവളെ തന്റെ സ്നേഹിതർക്ക് കാഴ്ച വെച്ചത്. തനിക്ക് തന്റെ മകൻ നഷ്ടപ്പെട്ടാലോ എന്ന ഒറ്റ ചിന്ത കൊണ്ട് മാത്രമാണ് ഇന്നും അവൾ ജീവിച്ചിരിക്കുന്നത്. അവളുടെ നാശം, അതു മാത്രമാണ് തന്റെ ലക്ഷ്യം. പെരുമാൾ ഉറച്ചു.

നേരം ഉച്ചതിരിഞ്ഞു. സുദേവൻ എവിടേക്കോ ഉള്ള ഒരുക്കത്തിലാണ്. മൂളിപ്പാട്ടൊക്കെ പാടി ആളാകെ സന്തോഷത്തിലാണ്. അപ്പോഴാണ് ആ മുറിയിലേക്ക് കൗശികൻ കയറിവന്നത്. സുദേവൻ ആകെ സന്തോഷത്തിലാണെന്ന് കൗശികന് മനസ്സിലായി. ഗജേന്ദ്രന്റെ മകളെ കുട്ടന് ബോധിച്ചൂന്ന് തോന്നുന്നു. അച്ഛനെ ധിക്കരിക്കാൻ കുട്ടന് സാധിക്കില്ല. അതാവാം ഈ സന്തോഷത്തിനു കാരണം. കൗശികൻ മനസ്സിൽ വിചാരിച്ചു. അയാൾക്ക് വളരെ സന്തോഷം തോന്നി. ആ സന്തോഷം മറച്ചുവയ്ക്കാതെ അവൾ അവനോട് ചോദിച്ചു.

“ആഹാ, കുട്ടൻ വളരെ സന്തോഷത്തിലാണല്ലോ ഇന്ന് എവിടേക്കാണ് ഇപ്പോൾ യാത്ര? മീനാക്ഷിപുരിയിലേക്കോ..?”

സുദേവൻ ഒരു നിമിഷം ആലോചിച്ചു നിന്നു. കൗശികനോട് കാര്യങ്ങൾ വിശദീകരിക്കണോ..? വേണ്ട അയാൾ ഒരുപക്ഷേ, അതിൽനിന്ന് തന്നെ പിന്തിരിപ്പിക്കാൻ ശ്രമിക്കും. തന്നെയുമല്ല. ആ സാധു മനുഷ്യൻ തന്റെ ഈ തീരുമാനം കേൾക്കുമ്പോൾ വ്യസനിക്കും തല്ക്കാലം അദ്ദേഹം ഒന്നും അറിയണ്ട.

മറുപടി ഒന്നും ലഭിക്കാതെ വന്നപ്പോൾ കൗശികൻ വീണ്ടും ചോദ്യം ആവർത്തിച്ചു.

“കേട്ടില്ലാന്നുണ്ടോ കുട്ടാ..?”

“ഇപ്പോൾ ചെവി കേൾക്കാണ്ടും ആയോ..?” ഒരു ചെറു പുഞ്ചിരിയോടെ സുദേവൻ മറുപടി കൊടുത്തു.

“ങും.. ഒന്നും കേൾക്കാനും കാണാനും വയ്യെന്നായിരിക്കുന്നു. എന്റെ കൗശീ..” അയാളുടെ താടിയിൽ തടവിയിട്ട് സുദേവൻ വെളിയിലേക്കു പോയി. കൗശികൻ ചിരിയോടെ ആ കാഴ്ച കണ്ടു നിന്നു.

പതിവുപോലെ ആൽത്തറയിൽ ബലരാമൻ സുദേവനെ പ്രതീക്ഷിച്ച് ഇരിക്കുന്നുണ്ടായിരുന്നു. സുദേവൻ അവനരികിലെത്തി “എന്തൊക്കെയുണ്ട്. ദേവാ വിശേഷങ്ങൾ...?” ബലരാമൻ ചോദിച്ചു. ഉത്തരയെ കണ്ടതും സംസാരിച്ച കാര്യങ്ങളും മറ്റും വിശദമായി അവൻ രാമനോട് വിശദീകരിച്ചു. എല്ലാം കേട്ടുകഴിഞ്ഞപ്പോൾ ബലരാമൻ പറഞ്ഞു.

പറഞ്ഞ ദിവസം തന്നെ നാം അവിടെ ചെല്ലണം. അമാവാസിക്ക് ഇനിയും ദിവസങ്ങൾ ബാക്കിയുണ്ട്. ഒരുക്കങ്ങൾ എല്ലാം പൂർത്തിയാക്കണം. കൂടാതെ ഈ വിവരം വളരെ രഹസ്യമായിരിക്കണം. നിന്നോടൊപ്പം ഞാനുണ്ട്. ധൈര്യമായിരിക്കൂ. ഞാൻ വീട്ടിലേക്ക് പോകുകയാണ്. നേരം സന്ധ്യയായി ഇനി നമുക്ക് അമാവാസി നാളിൽ കാണാം....

കുറച്ചുനേരം സംസാരിച്ചിരുന്നിട്ട് അവൾ രണ്ടുപേരും പിരിഞ്ഞു.

കൗശികൻ സുദേവന്റെ വിവാഹനിശ്ചയ ചടങ്ങ് നടത്തുന്നതിനുള്ള ഒരുക്കങ്ങളിലായിരുന്നു. പെരുമാൾ എല്ലാം തന്നെയാണ് വിശ്വസിച്ച് ഏല്പിച്ചിരിക്കുന്നത്. ഒന്നിനും ഒരു കുറവും ഉണ്ടാവാൻ പാടില്ല. അയാൾ ചിന്തിച്ചു.

ഇരുപത്തിയേഴ്

ദിവസങ്ങൾ പലതു കഴിഞ്ഞു. ഉത്തര പഴയ ശാരീരികാവസ്ഥയിലേക്ക് എത്തിച്ചേർന്നു. മായമ്മയും ശിവയും രാധയും തന്നെ നന്നായി ശുശ്രൂഷിച്ചു. എന്തിനാണ് താൻ വീണ്ടും ജീവിതത്തിലേക്ക് വന്നത് എന്ന നിശ്ചയം ഉത്തരയ്ക്കില്ല. മനസ്സാകെ മരവിച്ചിരിക്കുന്നു. എങ്കിലും അവൾ രാവിലെ എഴുന്നേറ്റ് കുളിയും തേവാരവും മറ്റും കഴിച്ചു. പുറത്തേക്ക് ഇറങ്ങാറേയില്ല. ഇപ്പോൾ അവൾ എന്തൊക്കെയോ ചിന്തിച്ച് അങ്ങനെ നിന്നപ്പോഴാണ് ശിവയും രാധയും മുറിയിലേക്ക് കയറി വന്നത്. അവർ അവളോട് പുറത്തേക്ക് പോകാൻ നിർബ്ബന്ധിച്ചു. ആദ്യം വിസമ്മതിച്ചെങ്കിലും പിന്നീട് അവരോടൊപ്പം അവൾ താഴേക്കു പോയി. മായ ആ കാഴ്ച കണ്ട് സന്തോഷത്തോടെ നോക്കിനിന്നു.

ശിവയോടും രാധയോടുമൊപ്പം ഉദ്യാനത്തിൽ ചെറിയ ജോലികളിൽ ഏർപ്പെട്ടിരിക്കുമ്പോൾ ഉത്തരയ്ക്ക് പെട്ടെന്ന് തലചുറ്റൽ അനുഭവപ്പെട്ടു. കുഴഞ്ഞുവീണ അവളെ രാധയും ശിവയും കൂടി താങ്ങിയെടുത്ത് മുറിയിൽ കൊണ്ടുകിടത്തി. അപ്പോഴേക്കും അവിടേക്ക് മായയും എത്തി. അവളുടെ മുഖത്തേക്ക് മായ വെള്ളം തളിച്ചു. ഉത്തര പതിയെ കണ്ണുതുറന്നു ഒന്നും കാണാൻ പറ്റുന്നില്ല. കണ്ണിൽ ആകെ ഇരുട്ട്. അവൾക്ക് ആകെ തളർച്ച തോന്നി.

മായയുടെ മനസ്സിൽ ഒരു ഭീതി പടർന്നു. ഒരുപക്ഷേ, അതും സംഭവിച്ചുവോ... ഉത്തര ചിലപ്പോൾ ഗർഭം ധരിച്ചിട്ടുണ്ടാകാം. പെരുമാളിന്റെ ദാസിപ്പുരയിൽ ഒരു പെണ്ണും പ്രസവിക്കാൻ പാടില്ല എന്ന് അയാൾ ശഠിച്ചിരുന്നു. അതിനാൽ ഉത്തര ഗർഭവതിയാണെങ്കിൽ അവൾ നേരിടേണ്ടിവരുന്ന ദുരവസ്ഥ ഓർത്ത് മായ കണ്ണുകൾ ഇറുകെ പൂട്ടി. രാധയുടെ ശബ്ദമാണ് അവളെ ചിന്തയിൽനിന്ന് ഉണർത്തിയത്.

"അക്കെ... രുക്കുവമ്മേ വിളിക്കട്ടെ..." രാധ മായയോട് ചോദിച്ചു. അവൾക്കും അങ്ങനെയാണ് തോന്നയിരിക്കുന്നത്. മായ അവളെ നോക്കി തലയാട്ടി രാധ മുറിവിട്ടുപോയി.

ദാസിപ്പുരയിലെ ഒരു മുതിർന്ന സ്ത്രീ ആയിരുന്നു രുക്മാവതി. പെരുമാളിനോട് വളരെ കൂറു പുലർത്തിയിരുന്ന അവൾക്ക് എൺപതിനോടടുത്ത് പ്രായം ഉണ്ട്. വളരെ പണ്ട് പെരുമാളിന്റെ അച്ഛൻ വാഴുന്ന കാലത്ത് വന്നതാണ് അവൾ. ദാസിപ്പുരയിലെ സ്ത്രീകൾ ഗർഭം ധരിച്ചാൽ ആ ഗർഭം ഇല്ലാതാക്കുക എന്നതാണ് രുക്മാവതിയുടെ ജോലി. അതിൽ അവൾ വളരെ സമർത്ഥയായിരുന്നു. അവരെ എതിർക്കാൻ ആർക്കും ധൈര്യം ഉണ്ടായിരുന്നില്ല.

അല്പസമയം കഴിഞ്ഞപ്പോൾ അവൾ ഉത്തരയുടെ മുറിയിലേക്ക് കയറി വന്നു. ക്ഷീണം മാറി കിടക്കയിൽ ഇരിക്കുകയായിരുന്ന ഉത്തര വൃദ്ധയെ കണ്ടതും പെട്ടെന്ന് അവിടെനിന്നും എഴുന്നേറ്റു. അവരെ കണ്ടപ്പോൾത്തന്നെ അവൾക്ക് പേടി തോന്നി. പണ്ട് താൻ കേട്ടിട്ടുള്ള ഏതോ അപസർപ്പക കഥയിലെ ദുർമ്മന്ത്രവാദിനിയുടെ മുഖമായിരുന്നു അവർക്ക്. അവൾ അതിനു മുമ്പ് അവളെ കണ്ടിട്ടില്ലായിരുന്നു കാരണം അവൾ ആവശ്യമില്ലാതെ മുറിക്ക് പുറത്ത് ഇറങ്ങാറില്ലായിരുന്നു.

വസൂരിക്കലകളാൽ വികൃതമായ മുഖത്ത് ക്രൗര്യം നിഴലിക്കുന്ന കണ്ണുകളും. പതിഞ്ഞ മൂക്കിന്റെ രണ്ടു ഭാഗത്തുമായി ചുവന്ന കല്ലുവച്ച മൂക്കുത്തി അണിഞ്ഞിരിക്കുന്നു. മൂക്കുത്തിയുടെ തിളക്കം അവരുടെ ക്രൗര്യഭാവത്തിന് ആക്കം കൂട്ടുന്ന തരത്തിലായിരുന്നു. നരച്ച ചെമ്പിച്ച മുടി ഒരു കിരീടം പോലെ കാണപ്പെട്ടു. അവൾ ഉത്തരയെ നോക്കി വികൃതമായി ചിരിച്ചു. വെറ്റിലക്കറ പുരണ്ട വികൃതമായ പല്ലുകൾ. ആകെക്കൂടി അവരെ കണ്ടപ്പോൾ ഉത്തരയ്ക്ക് പേടി തോന്നി. ഒരു ചുവന്ന പട്ടുചേലയായിരുന്നു അവൾ ധരിച്ചിരുന്നത്. നെറ്റിയിൽ ചുവന്ന വലിയ സിന്ദൂരപ്പൊട്ട്. ഉത്തരയുടെ സമീപത്തേക്ക് അവർ നടന്നടുത്തു. അവൾ അടുത്തു വന്നപ്പോൾ രൂക്ഷമായ ഏതോ വൃത്തികെട്ട ഗന്ധം അവൾക്ക് അനുഭവപ്പെട്ടു. അവൾ അവരെ അറപ്പോടും ഭയത്തോടും നോക്കി. അവൾ പക്ഷേ, അതൊന്നും ഗൗനിച്ചതേയില്ല. അവർ സമീപം വന്നിരുന്നപ്പോൾ അവൾക്ക് മനംപിരട്ടൽ അനുഭവപ്പെട്ടു. ഉത്തര കണ്ണുകൾ ഇറുകെ പൂട്ടി ഉത്തരയുടെ ഭാവം കണ്ട വൃദ്ധ ഉറക്കെച്ചിരിച്ചു. പെട്ടെന്ന് ചിരി അടക്കി കോപത്തോടെ പറഞ്ഞു.

"ങും... നീ കിടക്കവിടെ....." മായ അവളെ അവിടെ കിടത്തി. മായയേയും മറ്റും രൂക്ഷമായി നോക്കി പുറത്തേക്കു പോകുവാൻ കിഴവി മുഖം കൊണ്ട് ആംഗ്യം കാട്ടി. അവൾ മുറിക്കു പുറത്തിറങ്ങി.

അനക്കം ഒന്നും കേൾക്കാത്തപ്പോൾ ഉത്തര പതിയെ കണ്ണു തുറന്നു നോക്കി. വൃദ്ധ കട്ടിലിൽ ഇരിക്കുന്നു. അവരുടെ കൈ അവളുടെ മുഖത്തേക്കു വന്നു. ആ കൈകൾ അവളുടെ കൺപോളകൾ വിടർത്തി നോക്കി. ശേഷം അവർ അമർത്തി മൂളി. 'ഉം...' പിന്നീട് അവൾ അവ

ളുടെ അടിവയർ നഗ്നമാക്കി കൈത്തലം അവിടെ വച്ചു. ഉത്തര പേടിച്ച രണ്ട മാൻപേടയെപ്പോൽ കിടന്നു. വീണ്ടും അവർ അമർത്തി മൂളി.. 'ഉം....' അവൾ കട്ടിലിൽനിന്നും എഴുന്നേറ്റു പുറത്തേക്കു നടന്നു. അപ്പോൾ മായ അകത്തേക്കു കടന്നുവന്നു. വേവലാതിയോടെ മായ അവരോട് ചോദിച്ചു.

"എന്താണ് രുക്കുവമ്മേ.." രുക്മാവതി അവളെ അടിമുടി നോക്കി എന്നിട്ടു പറഞ്ഞു

"മൂന്നായി.. ങും നാളെത്തന്നെ ശരിയാക്കാം."

പെരുമാളേ നീ ഇന്നുതന്നെ വിവരമറിയിച്ചോളൂ..

വൃദ്ധ പുറത്തേക്കുപോയി. അതുകേട്ട് മായയ്ക്കു വല്ലാത്ത വേദന തോന്നി. താനും ഒരിക്കൽ ഈ പ്രതിസന്ധി മറികടന്നവളാണ്. രുക്മാവതി കൈവച്ചാൽ ഒരു പെണ്ണും ഒരിക്കലും പിന്നെ പ്രസവിക്കില്ല. മായ ഉത്തരയ്ക്കരികിലെത്തി അവരെ കണ്ടതും ഉത്തര ചാടിയെഴുന്നേറ്റു.

"മായമ്മേ... എനിക്കെന്താണ്..? അവർ ആരാണ്? അവരെന്തിനാണ് ഇവിടെ വന്നത്."

ഉത്തര പേടിയോടെ ചോദിച്ചു അവളുടെ മുഖം കൈക്കുമ്പിളിലെടുത്ത് ഉത്തരയുടെ കണ്ണുകളിലേക്ക് അലിവോടെ നോക്കി അവർ പറഞ്ഞു.

"മോളേ നീയൊരു അമ്മയാകാൻ പോകുന്നു."

ഉത്തരയുടെ മുഖത്ത് അമ്പരപ്പും അവിശ്വസനീയതയും എങ്കിലും പെട്ടെന്ന് ആ കണ്ണുകൾ തിളങ്ങി.

"സത്യമാണോ മായമ്മേ" അവൾ ചോദിച്ചു ഉത്തരയെ തഴുകിക്കൊണ്ട് മായ പറഞ്ഞു

"ങും.... സത്യമാണു കുട്ടീ... പക്ഷേ, അതിനുള്ള ഭാഗ്യം നിനക്കു വിധിച്ചിട്ടില്ല."

ചോദ്യഭാവത്തിൽ ഉത്തര മായയെ നോക്കി. വിഷമത്തോടെ മായ പറഞ്ഞു.

"രുക്കുവമ്മ നാളെ നിന്റെ ഉദരത്തിൽ വച്ചു തന്നെ അതിനെ നശിപ്പിക്കും."

ഇതുകേട്ടതും ഉത്തര വാശിയും സങ്കടവും കലർന്ന സ്വരത്തിൽ പറഞ്ഞു.

"ഇല്ല ഞാൻ സമ്മതിക്കില്ല... എനിക്ക് എന്റെ കുഞ്ഞിനെ വേണം മായമ്മേ..."

ഉത്തരയുടെ സങ്കടംകണ്ട് ഗദ്ഗദത്തോടെ മായമ്മ പറഞ്ഞു.

"നാം ദേവദാസികളാണു കുട്ടീ.... പെരുമാളിന്റെ ദാസികൾ. നമുക്ക് അതൊന്നും പറഞ്ഞിട്ടില്ല.

ഇതും പറഞ്ഞ് നിറഞ്ഞ് വന്ന കണ്ണുകൾ ഒപ്പിക്കൊണ്ട് മായ അവിടെ നിന്നുംപോയി. ഉത്തര എന്തു ചെയ്യണമെന്നറിയാതെ ശിലപോലെ ആ കാഴ്ച കണ്ടു നിന്നു.

പിറ്റേന്നു രാവിലെ തന്നെ രുക്മാവതി ഉത്തരയുടെ മുറിയിലെത്തി.

അവർ അകത്തു നിന്നും വാതിലടച്ചു. ഉത്തരയ്ക്കു അവരെ കണ്ടപ്പോൾ ഭയവും വെറുപ്പും തോന്നി. അവർ തന്റെ ഭാണ്ഡക്കെട്ട് തുറന്ന് മേശപ്പുറത്തുവച്ചു. അതിൽനിന്ന് എന്തൊക്കെയോ മരുന്നുകൾ എടുത്തു കൂട്ടി യോജിപ്പിച്ചു. ഉത്തര പേടിയോടെ അതൊക്കെ നോക്കി കണ്ടു. വൃദ്ധ ഇടയ്ക്കിടെ അവളെ നോക്കുന്നുണ്ടായിരുന്നു. ഉത്തരയ്ക്ക് മുറിക്കു പുറത്തേക്കു പോകണമെന്നു തോന്നി പക്ഷേ, അവളുടെ പാദങ്ങൾ ചലിച്ചില്ല.

ആ സമയം മായ അവിടേക്ക് കടന്നുവന്നു. വൃദ്ധ തിരിഞ്ഞു നോക്കി പറഞ്ഞു.

“ങും.. നീ പോയി കുറച്ച് ചൂടുവെള്ളം കൊണ്ടുവരൂ... തിരികെ പോകാനൊരുങ്ങിയ മായയെ നോക്കി ഉത്തര വിളിച്ചു.

“മായമ്മേ... പോകല്ലേ... ഞാനും വരുന്നു.” മായ തിരിഞ്ഞു നിന്നു. വൃദ്ധ രണ്ടുപേരെയും ക്രൂരമായി മാറി മാറി നോക്കി എന്നിട്ട് ഉത്തരയോടു പറഞ്ഞു.

“ഞാൻ പറയുന്നതിനനുസരിച്ച് മര്യാദയ്ക്കിവിടെ കിടന്നോണം. നീ അനുസരിച്ചില്ലെങ്കിൽ അനുസരിപ്പിക്കാൻ എനിക്കറിയാം.”

ഉത്തര ഇതുകേട്ട് പരിഭ്രാന്തയായി കാരണം സിംഹം മുരളുന്നതു പോലെ ആയിരുന്നു അവരുടെ സ്വരം. നിസ്സഹായതയോടെ അവൾ മായയെ നോക്കി. കിടക്കയിൽ പോയി കിടന്നോളാൻ മായ അവൾക്ക് ആംഗ്യം നല്കി. മായ പുറത്തേക്ക് പോയി. ഉത്തര മനസ്സില്ലാ മനസ്സോടെ പോയി കിടക്കയിൽ കിടന്നു.

അല്പം കഴിഞ്ഞപ്പോൾ മായ ഒരു പാത്രത്തിൽ വെള്ളവുമായി അകത്തേക്കു വന്നു. അവൾ സ്നേഹത്തോടെ വൃദ്ധയോട് പതിഞ്ഞ സ്വരത്തിൽ പറഞ്ഞു.

“രുക്കുവമ്മേ.. അവൾ വളരെ പാവമാ... അവളെ അധികം വേദനിപ്പിക്കരുത്.” അതിന്റെ മറുപടിപോലെ വൃദ്ധ ഒന്നു പൊട്ടിച്ചിരിച്ചു. എന്നിട്ടു പറഞ്ഞു.

“ഹും.. വേദന... അത് സ്ത്രീയായി പിറന്നിട്ടുള്ളവർക്കെല്ലാം പറഞ്ഞിട്ടുള്ളതാ... ഇവൾക്കും..”

മായ ഉത്തരയുടെ സമീപത്തേക്ക് ചെന്നു. ഉത്തര പെട്ടെന്ന് മായയെ കെട്ടിപ്പിടിച്ചിരുന്നു.

“മായമ്മേ... എനിക്കു പേടിയാ.. എന്റെ കുഞ്ഞിനെ നശിപ്പിക്കരുതെന്നു പറയൂ...”

മായ നിസ്സഹായതയോടെ ഉത്തരയെ നോക്കി. അവളുടെ വാക്കുകൾ കേട്ട് വൃദ്ധ വീണ്ടും പൊട്ടിച്ചിരിച്ചു. അവർ അവൾക്കരികിലേക്ക് ചെറിയ ഒരു ഗ്ലാസിൽ മരുന്നുമായി വന്നു എന്നിട്ട് മരുന്ന് കുടിക്കുന്നതിന് അവളോട് ആവശ്യപ്പെട്ടു. ഉത്തര വിസമ്മതിച്ചു.

“ഇല്ല.... ഞാൻ കുടിക്കില്ല... എനിക്കെന്റെ കുഞ്ഞിനെ വേണം...”

അവൾ ഉറക്കെ കരഞ്ഞു. മായ അവളെ ആശ്വസിപ്പിക്കാൻ ശ്രമിച്ചു.

അതുകേട്ട് കലികയറിയ വൃദ്ധ മായയോട് പുറത്തുപോകാൻ ആവശ്യപ്പെട്ടു. ഗത്യന്തരമില്ലാതെ മായ മുറിക്കു പുറത്തേക്കു പോയി.

ഉത്തര വീണ്ടും മായമ്മേ പോവല്ലേ എന്നു പറഞ്ഞ് കരഞ്ഞു. വൃദ്ധ വീണ്ടും അവളോട് മരുന്നു കുടിക്കുവാൻ ആവശ്യപ്പെട്ടു. അവൾ സമ്മതിക്കാൻ കൂട്ടാക്കിയില്ല. ദേഷ്യം വന്ന വൃദ്ധ അവളുടെ മുഖമടച്ച് കൈവീശി അടിച്ചു. ഓർക്കാപ്പുറത്ത് കിട്ടിയ പ്രഹരം ഉത്തരയെ തളർത്തി. വൃദ്ധ അവളുടെ മൂക്കിനടുത്തേക്ക് എന്തോ ഒന്ന് ചേർത്തുവച്ചു. അതിന്റെ ഗന്ധം അവളെ തളർത്തി. ഉത്തര വാടിക്കുഴഞ്ഞ് തറയിലേക്ക് ഇരുന്നു പോയി.

വൃദ്ധ കൈയിലിരുന്ന ഗ്ലാസിലെ മരുന്ന് അവളുടെ വായിലേക്ക് കമഴ്ത്തി. ഉത്തര അബോധാവസ്ഥയിൽ അതു മുഴുവൻ കുടിച്ചിറക്കി. വൃദ്ധ അട്ടഹാസത്തോടെ പുറത്തേക്ക് ഇറങ്ങി. ഒരു രാജ്യം മുഴുവൻ വെട്ടിപ്പിടിച്ച രാജാവിന്റെ ഭാവമായിരുന്നു അവർക്ക്. അവർ തന്റെ ഭാണ്ഡക്കെട്ടും തോളിലിട്ട് ക്രൂരമായി മായയെ നോക്കിയതിനുശേഷം നടന്നു നീങ്ങി.

മായ അകത്തേക്കു ചെന്നു. വാടിയ ചെന്താമരപ്പൂവുപോലെ ഉത്തര തറയിൽ കിടക്കുന്നു. മായ വേഗത്തിൽ അവളുടെ അടുത്തേക്കുചെന്നു. അവളുടെ ചുറ്റും രക്തം തളം കെട്ടി കിടക്കുന്നു. മായ അവളെ വിളിച്ചു എന്നാൽ അവൾക്ക് ബോധമുണ്ടായിരുന്നില്ല. ശിവയും രാധയും മുറിയിലേക്ക് കയറി വന്നു. അവർ മൂവരും ഉത്തരയെ ശുശ്രൂഷിക്കുകയും മറ്റും ചെയ്തു.

ഏതാനും ദിവസങ്ങൾ കൂടി അങ്ങനെ കൊഴിഞ്ഞുപോയി. തന്റെ ഉള്ളിൽ കുരുന്നു ജീവൻ.... അതും ആ ദുഷ്ടൻ നുള്ളിക്കളഞ്ഞു. എങ്ങനെ അയാളോട് തനിക്ക് പ്രതികാരം ചെയ്യാൻ കഴിയും? ഒരിക്കലും സാദ്ധ്യമല്ല. അയാൾ മാനം മുട്ടെ വളർന്നു പന്തലിച്ച ഒരു വടവൃക്ഷമാണ്. താനോ വെറും ഒരു പുല്ക്കൊടി.... ഉത്തരയുടെ കണ്ണുകൾ നിറഞ്ഞ് തുളുമ്പി. അവൾ കടലോളം സങ്കടം തന്റെ ഉള്ളിലൊതുക്കി.

ഇരുപത്തിയെട്ട്

അന്ന് അമാവാസി ആയിരുന്നു. സുദേവൻ വളരെ ഉത്സാഹത്തിലായിരുന്നു. ബലരാമന്റെ സഹായത്തോടെ ചില പദ്ധതികൾ സുദേവൻ തയ്യാറാക്കിയിട്ടുണ്ടായിരുന്നു.

മായ രാവിലെ തന്നെ ഉത്തരയോട് സുദേവൻ വരുന്നതിനെക്കുറിച്ച് സൂചിപ്പിച്ചിരുന്നു. ഉത്തര മറുത്തൊരക്ഷരം പറഞ്ഞില്ല. കാരണം, ആ കാരാഗൃഹത്തിൽനിന്നും രക്ഷപ്പെടേണ്ടത് അവൾക്ക് ആവശ്യമായിരുന്നു. അതിന് സുദേവൻ ഒരു കാരണമാകുമെങ്കിൽ അങ്ങനെ. അവൾ അത്യാവശ്യം കുറച്ചു വസ്ത്രങ്ങൾ മാത്രം തുണിയിൽ പൊതിഞ്ഞ് തയ്യാറാക്കി വച്ചു. അവൾക്ക് ഒരേയൊരു സങ്കടം മാത്രമേ ഉണ്ടായിരുന്നുള്ളൂ. മായമ്മ. അവരെ വിട്ടുപിരിഞ്ഞു പോകുന്നത് ജീവൻ പോകുന്നതിനു തുല്യമായിരുന്നു.

നേരം സന്ധ്യകഴിഞ്ഞിരുന്നു. മായ പുറത്തേക്കു നോക്കി. വെളിയിലെ അരണ്ട ദീപപ്രഭയിൽ കാവല്ക്കാർ അങ്ങോട്ടുമിങ്ങോട്ടും നടക്കുന്നു. അവൾക്കു നല്ല ഭയം തോന്നി. ഇന്നത്തെ രാത്രി കഴിഞ്ഞാൽ നാളെ പ്രഭാതമാകുമ്പോൾ സുദേവനെയും ഉത്തരയെയും കാണാനില്ലെന്ന വാർത്ത പെരുമാളിന്റെ ചെവിയിൽ എത്തും. തന്റെ ജീവൻവരെ അപകടത്തിലാകും. എന്തും ചെയ്യാൻ മടിയില്ലാത്തവനാണ് പെരുമാൾ. എങ്കിലും സാരമില്ല പാവം ഉത്തരയ്ക്ക് ഒരുജീവിതം കിട്ടുമെങ്കിൽ തന്റെ ഈ ശാപജന്മം നശിപ്പിക്കാനും താൻ തയ്യാറാണ്. അവർ ചിന്തിച്ചു. മായ അകത്തേക്കു നോക്കി ആകെ ഇരുണ്ടു കിടക്കുന്നു. അമാവാസിയാണ്. കണ്ണിൽ കുത്തിയാൽ അറിയാത്ത ഇരുട്ട് ആ ഇരുളിമ അവളെ ഭയപ്പെടുത്തി. അവൾ അകത്തേക്കു പോയി.

രാവിന്റെ ഒന്നാം യാമം കഴിഞ്ഞു ദാസിപ്പുരയിൽ എല്ലാവരും നല്ല ഉറക്കത്തിലാണ്. അങ്ങോട്ടുമിങ്ങോട്ട് നടന്നുകൊണ്ടിരുന്ന കാവല്ക്കാർ

ഓരോ സ്ഥലങ്ങളിലായി മാറി ഇരിക്കുകയാണ്. അവർ മയക്കത്തിലായെന്നു തോന്നുന്നു. മായ കുറച്ചുകൂടി കാത്തിരുന്നു. രാവേറെ ചെന്നിരിക്കുന്നു. പുറത്ത് ആൽമരത്തിലെ ഇലകൾ കാറ്റത്ത് ചലിക്കുന്ന ഒച്ച കേൾക്കാം. അതല്ലാതെ പരിസരം വളരെ നിശ്ശബ്ദമാണ്. സന്ധ്യക്ക് തെളിച്ച ദീപങ്ങൾ പലതും അണഞ്ഞു ചിലത്...

മായയും ഉത്തരയും കൂടി ജനാലയിൽക്കൂടി ആൽമരച്ചുവട്ടിലേക്കു നോക്കി. അവിടെ ആളനക്കം തോന്നി. മായയുടെ മുഖം സന്തോഷത്താൽ വിടർന്നു. അവർ ഉത്തരയുടെ ചെവിയിൽ പറഞ്ഞു.

“സുദേവൻ എത്തി... മോളേ... നീ ഭാഗ്യവതിയാണ്.”

“അവൻ നല്ലവനാ നീ പേടിക്കേണ്ട.. അവനോടൊപ്പം പോയി നീ സുഖമായി ജീവിക്കൂ...” മായമ്മയ്ക്ക് സന്തോഷമായി. “വരൂ നമുക്ക് അവിടേക്കു പോകാം.” അതുകേട്ടതും ഉത്തര പറഞ്ഞു.

“മായമ്മേ... മായമ്മേ വിട്ടിട്ട്.”

അവൾ മുഴുമിപ്പിച്ചില്ല അപ്പോഴേക്കും മായമ്മ അവളുടെ നെറുകയിൽ ചുണ്ടുകൾ അമർത്തി അവളെ ചുംബിച്ചു. എന്നിട്ട് അവളുടെ കൈ പിടിച്ച് പുറത്തേക്ക് നടന്നു. പുറത്തെത്തിയതും മായ കാവല്ക്കാർ കാണാതെ ഉത്തരയെ ആൽമരത്തിന്റെ ചുവട്ടിൽ എത്തിച്ചു. അവിടെ സുദേവൻ അവരെ കാത്തുനില്പുണ്ടായിരുന്നു. അവൻ പതിയെ മന്ത്രിച്ചു.

“ഉത്തരേ വരൂ ഞാൻ സുദേവനാണ്.” ഉത്തര മായയുടെ കൈകളിൽ മുറുകെ പിടിച്ചുകൊണ്ട് വിളിച്ചു.. “മായമ്മേ..”

“ശ്... ശ്... മിണ്ടല്ലേ...” മായ പതിയെ പറഞ്ഞു. അവർ ഉത്തരയെ കൈപിടിച്ച് സുദേവന്റെ കൈയിൽ വച്ചുകൊടുത്തു. എന്നിട്ട് അവനോട് പറഞ്ഞു.

“വെക്കം പോകിൻ കുട്ടികളെ രക്ഷപ്പെടുവിൻ...”

സുദേവൻ ഉത്തരയുടെ കൈയിൽ മുറുകെപ്പിടിച്ചു. അവൻ അവളെയുംകൊണ്ട് നടന്നു. മതിൽ ചാടിക്കടക്കാൻ സുദേവൻ അവളെ സഹായിച്ചു അല്പദൂരം അവർ കൈപിടിച്ച് ധൃതിയിൽ നടന്നു. അധികം അകലെയല്ലാതായി ബലരാമൻ തയ്യാറാക്കിയ കാളവണ്ടി ചലിച്ചു. അപ്പോഴും അവന്റെ കൈക്കുള്ളിൽ അവളുടെ കരം സുരക്ഷിതമായിരുന്നു.

അല്പദൂരം പിന്നിട്ടപ്പോൾ വഴിയുടെ നടുവിൽ രണ്ടു തീപ്പന്തം. വണ്ടി അടുക്കുംതോറും ആ രൂപം വ്യക്തമായിക്കൊണ്ടിരുന്നു. അതിലൊരാളെ ദേവൻ തിരിച്ചറിഞ്ഞു. സുരുചി. അവന്റെ ഉള്ളൊന്നു കാളി. കാളവണ്ടി നിർത്താൻ വണ്ടിക്കാരന് ആജ്ഞ നല്കി. വണ്ടി നിന്നതും സുദേവൻ ഉത്തരയേയുംകൊണ്ട് ഇറങ്ങി ഓടി. അവളുടെ കൈയിലെ പിടുത്തം സുദേവൻ വിട്ടിരുന്നില്ല. അവരുടെ പിറകെ സുരുചിയും കൂട്ടരും ഉണ്ടായിരുന്നു. എന്നാൽ ഓട്ടത്തിനിടയിൽ എപ്പോഴോ അവരുടെ കൈകൾ വേർപിരിഞ്ഞു. ഇരുട്ടായതിനാൽ വഴി നിശ്ചയം ഉണ്ടായിരുന്നില്ല. അവർ രണ്ടുപേരും എതിർദിശകളിലേക്കു ഓടി. ഓടിത്തളർന്നപ്പോൾ സുദേവൻ ഒരു ആൽത്തറയിൽ ഒളിച്ചിരുന്നു. ഈശ്വരാ ഉത്തര അവരുടെ കൈയിൽ പെട്ടുവോ? ഇനി അവളെ എവിടെപ്പോയി താൻ കണ്ടുപിടിക്കും. എന്തി

നിങ്ങനെ ചിന്തിച്ച് അവന്റെ മനസ്സ് നീറി അവൻ അവിടെയിരുന്ന് പൊട്ടിക്കരഞ്ഞു.

അതേസമയം സർവ്വശക്തിയുമെടുത്ത് ഓടിയ ഉത്തര അവസാനം ചെന്നെത്തിയത് ഒരു ക്ഷേത്രത്തിന്റെ മുൻപിലായിരുന്നു. അവൾ പരിക്ഷീണയായി അവിടെ ഇരുന്നു. കൈയിലും കാലിലും മുറിവുകൾ.. ചോര പൊടിഞ്ഞു നില്ക്കുന്നു. ഓട്ടത്തിനിടയിൽ താൻ ഇതൊന്നും അറിഞ്ഞതേയില്ല. അപ്പോഴാണ് അവൾ സുദേവനെക്കുറിച്ചോർത്തത്. ദൈവമേ.. അവൻ ഇപ്പോൾ എവിടെയാണ്..? തന്നെ തിരയുന്നുണ്ടാകുമോ.. അതോ പിറകേ ഓടി വന്ന ആളുകളുടെ കൈയിൽ പെട്ടിട്ടുണ്ടാകുമോ? ഉത്തരയ്ക്ക് വല്ലാത്ത വിഷമം തോന്നി. അവൾ ക്ഷേത്രത്തിലേക്കു നോക്കി മനമുരുകി പ്രാർത്ഥിച്ചു. ഈശ്വരാ... സുദേവന് ആപത്തൊന്നും സംഭവിക്കരുതേ... ആ കാരഗൃഹത്തിൽനിന്നും രക്ഷപ്പെട്ടല്ലോ. എന്നോർത്തപ്പോൾ അവൾക്കു സന്തോഷം തോന്നി. പക്ഷേ, പെരുമാളിന്റെ ആളുകൾ തന്നെ തേടുന്നുണ്ടാവും. അവരുടെ കൈയിൽ കിട്ടിയാൽ അവർ തന്നെ വെറുതെ വിടില്ല. ഉറപ്പാണ് മായമ്മയെ അവർ ഉപദ്രവിക്കാതിരിക്കില്ല. അതോർത്തപ്പോൾ അവൾക്കു സങ്കടം തോന്നി. വീണ്ടും അവളുടെ മനസ്സിൽ സുദേവന്റെ മുഖം ഓടിയെത്തി. താൻ അയാളെ വഞ്ചിക്കുകയല്ലേ ചെയ്തത്. അതെ എന്നാലും സാരമില്ല സുദേവനു ചേർന്ന പെണ്ണല്ല താൻ. അയാൾക്ക് മറ്റൊരു പെണ്ണിനെ ഭാര്യയായി കിട്ടും. ഒരു കണക്കിന് രണ്ടുവഴിക്ക് പിരിഞ്ഞു പോയത് നന്നായി. അപ്പോൾ അവിടെ വന്നത് ആരാണെന്ന് അവൾക്കറിയില്ലായിരുന്നു. അങ്ങനെ ഓരോന്ന് ഓർത്ത് ഇരിക്കവേ ഓടിയതിന്റെ ക്ഷീണവും തളർച്ചയും കാരണം അവൾ അവിടെയിരുന്ന് ഉറങ്ങിപ്പോയി. അതേസമയം സുദേവനും ഓരോന്നും ചിന്തിച്ചും സങ്കടപ്പെട്ടും ആൽമരത്തറയിൽ കിടന്ന് ഉറങ്ങിപ്പോയി. നേരം പുലരാൻ സമയം ഇനിയും ബാക്കി.

നേരം നന്നേ പുലർന്നപ്പോൾ ഒരു ബഹളം കേട്ടാണ് ഉത്തര കണ്ണു തുറന്നത്. തനിക്കു ചുറ്റും കുറേ ആൾക്കാർ കൂട്ടംകൂടി നിന്ന് എന്തൊക്കെയോ സംസാരിക്കുന്നു. അപ്പോൾ അവിടേക്ക് ഒരു കുതിരവണ്ടി എത്തി അവൾ പിടഞ്ഞെഴുന്നേറ്റു. കുതിരവണ്ടി കണ്ടതും ആൾക്കാർ ഇരുവശത്തേക്കും ഭവ്യതയോടു ഒരുങ്ങി നിന്നു. വണ്ടിയിൽനിന്നും പ്രമാണിയെന്ന് തോന്നിക്കുന്ന ഒരാൾ ഇറങ്ങി. അയാളുടെ അടുത്തേക്ക് കൂട്ടത്തിൽ നിന്നും ഒരാൾ ചെന്നു. അയാൾ താണു തൊഴുതിട്ട് ഉത്തര ഇരുന്നിടത്തേക്കു നോക്കി. എന്തൊക്കെയോ പറഞ്ഞു. പ്രമാണി അവളെ സാകൂതം വീക്ഷിച്ചു. അയാൾ നടന്ന് അവൾക്കരികിലെത്തി. അവളോടു ചോദിച്ചു.

“നീ ആരാണ്.. എന്താണിവിടെ വന്നതിന്റെ ഉദ്ദേശ്യം..” എന്തു പറയണമെന്നറിയാതെ അവൾ ഒരുനിമിഷം ശങ്കിച്ചു നിന്നു പരിഭ്രമത്തോടെ അവൾ പറഞ്ഞു. “എന്റെ പേര് ഉത്തര. ഞാനൊരു ദേവദാസിയാണ്.”

ഉച്ചുംഗി മലയ്ക്കടുത്തുള്ള കുസുമഗിരി ഗ്രാമത്തിലാണ് എന്റെ വീട്. ഞാനിവിടെ ദർശനത്തിനു വന്നതാണ്. പ്രമാണി അവളെ ആപാദചൂഡം

നോക്കി. എന്നിട്ട് അയാൾ മൂളി ഉം. വളരെ സുന്ദരിയായ ഉത്തരയെ കണ്ടപ്പോൾ പ്രമാണിയുടെ ഉള്ളിൽ ആഗ്രഹം തോന്നി. അയാൾ അവളോടു പറഞ്ഞു.

"ശരി. എങ്കിൽ നീ ദർശനം കഴിഞ്ഞ് രണ്ടുനാൾ ഇവിടെ വസിക്കൂ... നിനക്കതിനുള്ള ഏർപ്പാടുകൾ നാം ചെയ്തു തരാം." അയാൾ തന്നെ അനുഗമിച്ച ഭൃത്യനെ നോക്കി ആംഗ്യം കാണിച്ചു. അയാൾ പ്രമാണിയെ താണുവണങ്ങി. പ്രമാണി ക്ഷേത്രത്തിലേക്കു നടന്നു ഭൃത്യൻ ഉത്തരയെ നോക്കി പറഞ്ഞു.

"അമ്മാ... നിങ്ങൾ എന്നോടൊപ്പം വരൂ. നിങ്ങൾക്കു താമസിക്കുവാനുള്ള സ്ഥലം ഞാൻ കാണിച്ചുതരാം."

അയാൾ മുന്നോട്ടു നടന്നു. ഉത്തര അയാളെ അനുഗമിച്ചു. ക്ഷേത്രമതിൽക്കെട്ടിനടുത്തുള്ള ഒരു കെട്ടിടത്തിലേക്കാണ് ഉത്തരയെ അയാൾ കൊണ്ടുപോയത്. അവിടെ അവൾക്ക് താമസിക്കാനുള്ള ഒരുക്കങ്ങളൊക്കെ അയാൾ ചെയ്തു കൊടുത്തു. തല്ക്കാലം പെരുമാളിന്റെ കൈയിൽനിന്നു രക്ഷപ്പെടാം മാത്രമല്ല സുദേവൻ തന്നെ തിരയുന്നുണ്ടാവും. ഈ അഭയസ്ഥാനം അതിന് പരിഹാരമാകും എന്ന് അവൾ ചിന്തിച്ചു. എന്നാൽ വറചട്ടിയിൽനിന്നും എരിതീയിലേക്കാണ് താൻ വീണതെന്ന് അവൾ അറിഞ്ഞിരുന്നില്ല.

* * * * * *

കേശവപ്പെരുമാൾ ജലപാനം പോലുമില്ലാതെ ദുഃഖിച്ചു. കിടക്കാൻ തുടങ്ങിയിട്ട് രണ്ടു ദിവസമായി. തന്റെ മകനെ കാണാതായിട്ട് രണ്ടു ദിവസം കഴിഞ്ഞു. ഇനി അവനെ തിരയാത്ത ദേശമില്ല. തന്റെ ഭൃത്യന്മാർക്ക് അവനെ ഇതുവരെ കണ്ടെത്താൻ കഴിഞ്ഞില്ല. സുരുചി തന്നോടു പറഞ്ഞ കഥകൾ പെരുമാളിന് അവിശ്വസനീയമായി തോന്നി. തന്റെ ദാസിപ്പുരയിലെ ഒരു അന്തേവാസിയെ സുദേവൻ തട്ടിക്കൊണ്ടുപോയി. ആശ്ചര്യം തന്നെ. സുരുചിയുടെ വാക്കുകൾ അവിശ്വസിക്കേണ്ടതില്ല. അതിനുള്ള ശിക്ഷ അവളെ പരിചരിക്കാൻ ഏല്പിച്ചിരുന്ന മായ ഏറ്റുവാങ്ങി. നൂറ്റൊന്നു ചാട്ടവാറടി. തന്റെ മകൻ നഷ്ടപ്പെടുന്നത് പെരുമാളിന് ചിന്തിക്കുവാനേ കഴിയുമായിരുന്നില്ല. അയാൾക്ക് വിശപ്പും ദാഹവും നഷ്ടപ്പെട്ടു. വാർത്ത വളരെ രഹസ്യമാക്കി വയ്ക്കാൻ എല്ലാവരോടും പെരുമാൾ നിർദ്ദേശിച്ചു. കൗശികനും ദുഃഖിതനായിരുന്നു. പെരുമാളിന്റെ ശകാരം ഏറെ അയാൾക്കും ലഭിച്ചിരുന്നു. സുദേവന്റെ തിരോധാനത്തിൽ എല്ലാവരും വളരെ ദുഃഖിതനായിരുന്നു. സുദേവനും കൂട്ടരും അപ്പോഴും പലദേശങ്ങളിലും അവളെ തിരഞ്ഞുകൊണ്ടേയിരുന്നു.

സമയം സന്ധ്യയായി. കൗശികൻ പതിവുപോലെ സന്ധ്യാ വന്ദനവും കഴിഞ്ഞ് ആൽത്തറയിലേക്ക് നടന്നു. ആൽത്തറയ്ക്കരികിൽ എത്തിയപ്പോൾ അവിടെ ഒരു ആൾരൂപം. കുറച്ചുകൂടെ അടുത്തെത്തിയപ്പോൾ അയാൾ ആഹ്ലാദചിത്തനായി. സുദേവനായിരുന്നു അത്. കൗശികൻ സന്തോഷത്തോടെ സുദേവനരികിലെത്തി അവനെ ആശ്ലേഷിച്ചു.

“കുട്ടാ.. മോനേ... ഇതെവിടെയായിരുന്നു ഇതുവരെ? അന്വേഷിക്കാൻ ഇനി ഇടമില്ല. ഈശ്വരൻ പ്രാർത്ഥന കേട്ടു. വരൂ നമുക്ക് വീട്ടിലേക്ക് പോകാം.” അയാൾ സന്തോഷത്തോടെ പുറഞ്ഞു. പക്ഷേ, സുദേവന്റെ ചോദ്യം കൗശികന്റെ സന്തോഷത്തെ കെടുത്തിക്കളഞ്ഞു.

“ഉത്തരയെവിടെ... അവൾക്കെന്തു സംഭവിച്ചു? അവളെ അയാൾ കൊന്നു കളഞ്ഞോ..?”

ഇതുകേട്ടതും കൗശികൻ അമ്പരന്നു. അയാൾ ചോദിച്ചു. “സുദേവാ അവൾ നിന്റൊപ്പമല്ലേ വന്നത്? അവളെ നീ എവിടേക്കാ കൊണ്ടു പോയത്..? നിനക്കറിയില്ലേ അവൾക്കെന്ത് സംഭവിച്ചെന്ന്..?”

ഇതുകേട്ട് വിശ്വാസം വരാതെ സുദേവൻ കൗശികനെ നോക്കി പൊട്ടിക്കരഞ്ഞു. കൗശികൻ അവനെ സ്നേഹപൂർവ്വം തലോടിക്കൊണ്ട് ആശ്വസിപ്പിച്ചു.

“സുദേവാ... നീ വിചാരിക്കുന്നതുപോലെ നിന്റെ പിതാവ് അവളെ കൊന്നുകളഞ്ഞിട്ടില്ല. അദ്ദേഹം നീ പോയതുമുതൽ ആകെ സങ്കടത്തിലാണ്. ജലപാനം പോലും കഴിച്ചിട്ടില്ല. എന്താ സംഭവിച്ചതെന്ന് എന്നോട് പറയൂ.”

സുദേവൻ നടന്ന സംഭവങ്ങൾ എല്ലാം കൗശികനോട് പറഞ്ഞു. എല്ലാം കേട്ടതിനുശേഷം കൗശികൻ പറഞ്ഞു

“സത്യം സുരുചിക്കേ... അറിയൂ.. നമുക്ക് അവനെ കാണണം. കൂട്ടനിപ്പോൾ വീട്ടിലേക്ക് വരൂ.. കുട്ടനൊപ്പം ഞാനും വരാം.”

മടിച്ചു നിന്ന സുദേവന്റെ കൈയിൽ കടന്നുപിടിച്ചുകൊണ്ട് കൗശികൻ സ്നേഹത്തോടെ നിർബ്ബന്ധിച്ചു. സുദേവൻ അയാൾക്കൊപ്പം വീട്ടിലേക്കു നടന്നു.

കൗശികൻ വളരെ സ്നേഹത്തോടെ പടിപ്പുര കടന്നതും അയാൾ ആഹ്ലാദത്തിൽ ഉച്ചത്തിൽ പെരുമാളിനെ വിളിച്ചു. ശബ്ദം കേട്ട് പെരുമാൾ വെളിയിലേക്കിറങ്ങി വന്നു. തന്റെ അടുത്തേക്ക് ഓടിവരുന്ന കൗശികനെ കണ്ടതും പെരുമാൾ ചോദിച്ചു.

“എന്താ കൗശികാ... എന്തു സംഭവിച്ചു..?”

കൗശികൻ ഇരുളിലേക്ക് കൈചൂണ്ടി. പെരുമാൾ ഇരുട്ടിൽ ഒരാൾരൂപത്തെ കണ്ടു. പെട്ടെന്ന് പെരുമാൾ സന്തോഷത്തോടെ ചോദിച്ചു.

“കുട്ടനാണോ... അത്..” കൗശികൻ സന്തോഷത്തോടെ “അതേ” എന്നറിയിച്ചു. “മോനേ... സുദേവാ...” എന്നു വിളിച്ചുകൊണ്ട് ആൾരൂപത്തിനരികിലേക്ക് അയാൾ ഓടിച്ചെന്നു സുദേവനെ അയാൾ വാരിപ്പുണർന്നു. ആ പിതൃ സ്നേഹത്തിനു മുന്നിൽ സുദേവൻ ഒരു നിമിഷം പകച്ചു നിന്നു. പെരുമാൾ സ്നേഹത്തോടെ സുദേവനെ വീട്ടിലേക്കു ആനയിച്ചു. മനഃപൂർവ്വം പെരുമാൾ സുദേവനോട് ഒന്നും ചോദിച്ചില്ല. സുദേവൻ ഒരു യന്ത്രം കണക്കെ അകത്തേക്കു നടന്നു. പാവം ഉത്തര താൻ അവളെ തെരുവിലാക്കി. അവൾക്ക് എന്തു സംഭവിച്ചെന്ന് പോലും തനിക്കറിയില്ല. അവന് ഒരു മനഃസമാധാനവും തോന്നിയില്ല. എന്തായാലും നേരം വെളുക്കട്ടെ സുരുചിയെ കാണണം. അവനു മാത്രമേ എന്തെങ്കിലും

ഉത്തരം തരാൻ കഴിയൂ. സുദേവൻ ഉറപ്പിച്ചു. പെരുമാളിന്റെ വാക്കുകൾ അവന്റെ ചിന്തയെ മുറിച്ചു. "എന്റെ മോൻ ആദ്യം വല്ലതും കഴിക്കൂ... എന്നിട്ട് കുളികഴിഞ്ഞ് നന്നായി ഉറങ്ങൂ. നമുക്ക് രാവിലെ സംസാരിക്കാം."

അയാൾ അവന്റെ നെറുകയിൽ ചുണ്ടമർത്തി. സുദേവൻ തന്റെ മുറിയിലേക്കു പോയി അവൻ കുളിച്ചു. ശരീരമാസകലം നല്ല വേദനയുണ്ട്. അവൻ തന്റെ കിടക്കയിലേക്ക് ചാഞ്ഞു. ക്ഷീണം കാരണം പെട്ടെന്ന് തന്നെ അവൻ ഉറങ്ങിപ്പോയി.

പിറ്റേന്ന് രാവിലെ സുദേവൻ ഉറക്കമുണർന്ന് കഴിഞ്ഞ ദിവസങ്ങളെക്കുറിച്ച് ഓർത്ത് കിടക്കുകയായിരുന്നു. അപ്പോഴാണ് മുറിക്കു പുറത്ത് കൗശികന്റെ ശബ്ദം. "കുട്ടാ അച്ഛൻ വിളിക്കുന്നു."

സുദേവൻ എഴുന്നേറ്റ് വാതിൽ തുറന്നു. മുൻപിൽ പുഞ്ചിരിയോടെ കൗശികൻ. അച്ഛന്റെ അടുത്തേക്ക് ചെല്ലാൻ കൗശികൻ വീണ്ടും അവനോട് ആവശ്യപ്പെട്ടു. "അല്പം കഴിഞ്ഞ് വരാമെന്നുപറയൂ." സുദേവൻ കൗശികനോട് ആവശ്യപ്പെട്ടു. കൗശികൻ തിരിഞ്ഞു നടന്നു.

അച്ഛൻ തന്റെയടുത്ത് ഒന്നും അറിഞ്ഞതായി ഭാവിക്കുന്നില്ല. സുദേവൻ പെരുമാളിന്റെ മുൻപിലെത്തി. അവനെ കണ്ട അയാൾ സന്തോഷത്തോടെ അതിലേറെ വാത്സല്യത്തോടെ അവനെ തന്നോട് ചേർത്തു നിർത്തി എന്നിട്ട് പറഞ്ഞു.

"സുദേവാ... എനിക്ക് ഈ ഭൂമിയിൽ നീ മാത്രമേ ഉള്ളൂ. നിനക്കു വേണ്ടി മാത്രമാണ് ഞാനീ കണ്ട സ്വത്തുക്കൾ മുഴുവൻ സമ്പാദിച്ചത്. നിന്റെ മനസ്സിലെ ദുർവ്വിചാരങ്ങൾ മാറ്റിവെച്ച് നീ നിന്റെ വിവാഹത്തെക്കുറിച്ച് ചിന്തിക്കണം. നിന്റെ വിവാഹം ഉടൻ നടത്താൻ ഞാൻ തീരുമാനിച്ചു."

ഇതു കേട്ടതും പെരുമാളിൽനിന്ന് അടർന്നു മാറിയ സുദേവൻ ഉറച്ച സ്വരത്തിൽ പറഞ്ഞു.

"എന്റെ വിവാഹം കഴിഞ്ഞു. ഇനിയും സുദേവന് മറ്റൊരു വിവാഹം ഇല്ല." സുദേവന്റെ വാക്കുകൾ പെരുമാളിൽ കോപം ജനിപ്പിച്ചു. എങ്കിലും അയാൾ സംയമനം പാലിച്ചു.

"നീ ഒരു ദാസിപ്പെണ്ണിനു വേണ്ടിയാണോ എന്നെ എതിർക്കുന്നത്... അവൾ ഇവിടത്തെ കേവലം ഒരു ദാസി മാത്രമായിരുന്നു. ഇന്ന് അവൾ ഭൂമിയിൽത്തന്നെ ഉണ്ടാവുകയില്ല. പെരുമാളിനെ ചതിച്ചവർക്കൊന്നും സൂര്യോദയം കാണാനുള്ള ഭാഗ്യം ഉണ്ടായിട്ടില്ല."

ആ പീറപ്പെണ്ണിനു വേണ്ടി നീ നിന്റെ ജീവിതം കളയരുത്. എല്ലാം മറന്നിട്ട് നീ ഗജേന്ദ്രന്റെ മകളുമായി സന്തോഷത്തോടെ ജീവിക്കാൻ ശ്രമിക്കൂ. എന്നെ ധിക്കരിക്കുവാൻ ശ്രമിച്ചാൽ അത് ആരായാലും ഞാൻ അനുവദിക്കുകയില്ല." ഇതുകേട്ടു സുദേവൻ വീറോടെ പറഞ്ഞു.

"കേശവപ്പെരുമാളിന്റെ മകനാണ് ആ സുദേവൻ എങ്കിൽ എനിക്കും ഒറ്റ വാക്കേ ഉള്ളൂ." അവൻ കോപത്തോടെ അവിടെനിന്നും പോയി. കേശവപ്പെരുമാൾ സ്തബ്ധനായി നിന്നു.

സുദേവൻ സുരുചിയെ തേടി അയാളുടെ വാസസ്ഥലത്തെത്തി.

സുദേവനെ കണ്ടതും സുരുചിയുടെ മുഖത്ത് ഒരു പരിഹാസച്ചിരി പടർന്നു. അത് സുദേവനെ കോപാന്ധനാക്കി. "വരണം... വരണം... കൊച്ചു തമ്പുരാൻ."

സുരുചി ക്ഷണിച്ചു. സുദേവൻ പെട്ടെന്ന് അയാളെ കടന്നാക്രമിച്ചു. അയാളുടെ കഴുത്തിനു കുത്തിപ്പിടിച്ചുകൊണ്ട് മുരണ്ടു.

"അവൾ എവിടെ? ഉത്തര.... നീ എന്തു ചെയ്തു. സത്യം പറയൂ പറഞ്ഞില്ലെങ്കിൽ നിന്നെ ഞാൻ കൊല്ലും." സുദേവന്റെ പിടിയിൽനിന്ന് സ്വതന്ത്രനായ ശേഷം തൊണ്ട തടവിക്കൊണ്ട് സുരുചി പറഞ്ഞു.

"ങും. തമ്പുരാൻ വല്ലാതെ വളർന്നു. പക്ഷേ, ബുദ്ധിമാത്രം വികസിച്ചില്ല." ഇതുകേട്ട് സുദേവൻ വീണ്ടും അയാൾക്കു നേരെ അടിക്കാൻ കൈ ഓങ്ങി. പക്ഷേ, സുരുചി അത് തടഞ്ഞു. എന്നിട്ടു പറഞ്ഞു.

"അവളെ കൊല്ലാൻ തന്നെയാണ് തീരുമാനം. തമ്പുരാന്റെ കല്പനയാണ് അത്. മരണംവരെയും ഞാനത് അനുസരിക്കും. എന്നെ കൊന്നാലും അവളുടെ ജീവൻ തിരികെ കിട്ടുമെന്ന് പ്രതീക്ഷിക്കണ്ട."

അയാൾ സുദേവനെ കടന്ന് നടന്നുപോയി. അവൻ അസ്തപ്രജ്ഞനായി നിന്നു. ഉത്തരയെ തേടി പുറപ്പെട്ടാലോ എന്നു ചിന്തിച്ചു. പക്ഷേ, അവൾ എവിടെയാണെന്ന ഒരു സൂചനപോലും ഇല്ലാതെ താൻ അവളെ എവിടെ അന്വേഷിക്കും. ഇനി തന്നെ സഹായിക്കാൻ ബലരാമനു മാത്രമേ കഴിയൂ. അവൻ ബലരാമനെ തേടിയിറങ്ങി സുദേവന്റെ നീക്കങ്ങൾ ശ്രദ്ധിച്ച് രണ്ടു കണ്ണുകൾ എപ്പോഴും കൂടെയുണ്ടായിരുന്നു.

അതിരാവിലെതന്നെ ഉത്തര ഉണർന്നു. രണ്ടുദിവസത്തെ അലച്ചിലും കഷ്ടപ്പാടും അവളെ ക്ഷീണിതയാക്കിയിരുന്നു. എങ്കിലും അവൾ രാവിലെ തന്നെ കുളിച്ച് വേഷം മാറി അവൾക്ക് നല്ല ഉന്മേഷം തോന്നി. അവൾ പുറത്തേക്ക് നോക്കി. ക്ഷേത്രത്തിലേക്ക് ദർശനത്തിനായി പോകുന്നവരെ കാണാം. അപ്പോഴാണ് അവളുടെ അടുത്തേക്ക് വളരെ പ്രായമുള്ള ഒരു സ്ത്രീ കടന്നുവന്നത്. അവർ അവളെ നോക്കി പുഞ്ചിരി തൂകി. തിരിച്ച് അവളും. അവളുടെ സമ്മതംപോലും ചോദിക്കാതെ അവർ അവളുടെ മുറിയിലേക്കു കടന്നു വന്നു. ഉത്തര അവരെ ആകെ ഒന്നു നോക്കി. ഈ പ്രായത്തിലും അതി സുന്ദരി ആയിരിക്കുന്നു അവർ. അവരുടെ ചുക്കിച്ചുളിഞ്ഞ ശരീരത്തിനു പവന്റെ നിറം. മൂക്കിന്റെ ഇരുഭാഗത്തും തിളങ്ങുന്ന കല്ലു മൂക്കുത്തികൾ അവരുടെ വിറയ്ക്കുന്ന കൈകളിൽ കുപ്പി വളകൾ ചിരിക്കുന്നു. നരച്ച കണ്ണുകളിൽ അപ്പോഴും വശ്യഭാവം നഷ്ടപ്പെട്ടിരുന്നില്ല എന്ന് ഉത്തരയ്ക്ക് തോന്നി.

"എന്താ നിന്റെ പേര്..." അവർ ചോദിച്ചു.

"ഉത്തര..." പുഞ്ചിരിച്ചു കൊണ്ട് അവൾ മറുപടി പറഞ്ഞു.

"ങും... നീ വളരെ സുന്ദരിതന്നെ. നായ്ക്കർക്ക് നിന്നെ ഇഷ്ടപ്പെടും. ഒരു ദേവദാസിയുടെ ഭാഗ്യമാണ് സൗന്ദര്യം അത് നിന്നിൽ ആവോളമുണ്ട്."

അവൾ പറഞ്ഞു. അവൾ കഥ കേൾക്കുന്ന ഒരു കുട്ടിയുടെ കൗതുകത്തോടെ അവരോട് ചോദിച്ചു.

"ആരാ മുത്തശ്ശി നായ്ക്കർ?..." അവർ ആ കഥ പറയാൻ എന്നവണ്ണം

സംസാരിച്ചു തുടങ്ങി. "ദേവദാസികളെ മാനിക്കുകയും പരിപാലിക്കുകയും ചെയ്യുന്നവരാണ് നായ്ക്കർ കുടുംബക്കാർ. ശിവപ്പനായ്ക്കരുടെ നാടാണ് ഇത്. പണ്ട് രാജഭരണ കാലത്ത് നാടു വാണിരുന്ന രാജാക്കന്മാരുടെ കുലം. നിനക്കറിയില്ല. ഞാനും എന്റെ അമ്മയും മുത്തശ്ശിയുമൊക്കെ രാജ കൊട്ടാരത്തിലെ നർത്തകിമാരായിരുന്നു. അന്ന് സൗന്ദര്യമുള്ള ദേവദാസികൾക്കായിരുന്നു കൊട്ടാരത്തിൽ നൃത്തം ചെയ്യാനും രാജാവിനോടൊത്ത് ഇടപഴകാനും അധികാരം ഉണ്ടായിരുന്നത്. അവർ ഭൂതകാലത്തിലേക്ക് ഒരു നിമിഷം കണ്ണുകൾ നാട്ടിയിരുന്നു. പിന്നീട് എന്തോ ഓർത്തിട്ടെന്നപോലെ അവളോട് പറഞ്ഞു.

"നീ ഭാഗ്യവതിയാ ശിവപ്പനായ്ക്കർക്ക് നിന്നെ പിടിച്ച മട്ടാ.... അദ്ദേഹത്തെ സന്തോഷിപ്പിച്ചാൽ നിനക്ക് കൈവരുന്നത് അമൂല്യ ഭാഗ്യങ്ങളാ. പക്ഷേ, ആ കൂടെ നീ ഓർത്തോ. അയാളെ പിണക്കിയാൽ നിന്റെ ശവം സീമന്തിനിപ്പുഴയിൽ ഒഴുകി നടക്കും. ഇത് നായ്ക്കരുടെ നാടാണ് ഇവിടുത്തെ നീതി നായ്ക്കരുടെ രീതിയാണ്."

താൻ എരിതീയിൽനിന്നും വറചട്ടിയിലേക്കാണല്ലോ വീണതെന്ന് ഉത്തര മനസ്സിലാക്കി. അല്പം കഴിഞ്ഞപ്പോൾ ഒരു സ്ത്രീയും രണ്ടു മല്ലന്മാരും ഉത്തരയുടെ മുറിക്കു സമീപം എത്തി. സ്ത്രീ അകത്തേക്കും കടന്നു. ആ സ്ത്രീയെ കണ്ടതും വൃദ്ധ ചോദിച്ചു.

"എന്താ കൗസല്യേ.. അവളെ കൊണ്ടുപോകാൻ വന്നതാണോ നീയ്?"

"അതേ വല്യമ്മേ.." അവൾ പറഞ്ഞു. ഉത്തരയെ നോക്കി കൗസല്യ തുടർന്നു.

"അക്കാ... നിങ്ങൾ വെക്കം വരൂ... അയ്യാവുടെ കല്പനയാണ്."

ഉത്തര ഒരു നിമിഷം പകച്ചു നിന്നു. എന്തുചെയ്യണം... പോകുന്നതെങ്ങനെ പോവാതിരുന്നാൽ പുറത്തു നില്ക്കുന്ന മല്ലന്മാർ. പെട്ടെന്ന് മുത്തശ്ശി പറഞ്ഞു.

"ഉത്തരേ നീ വേഗം ഇവളോടൊപ്പം ചെല്ലൂ... ദേവദാസിയാണു നീ അതു മറക്കണ്ട. പുരുഷന്റെ കാമാർത്ഥനകൾക്ക് അർത്ഥം നല്കേണ്ടത് നിന്റെ കടമയാണ്. പോയ് വരൂ മോളേ.."

ഉത്തര ഒരു യന്ത്രം കണക്കെ നീങ്ങി പുരുഷന്റെ കാമം സ്ത്രീക്കില്ലേ. എന്താണ് സ്ത്രീയുടെ കാമം..? അവൾക്ക് മനസ്സുകൊണ്ട് സ്നേഹിക്കാൻ കഴിയുന്ന പുരുഷനോട് അവന്റെ ശരീരത്തോട് തോന്നുന്ന അടങ്ങാത്ത വികാരമാണ് സ്ത്രീയുടെ കാമം. അത് തിരിച്ചറിയാൻ ശിവപ്പനായ്ക്കർക്കെന്നല്ല പെരുമാൾക്കെന്നല്ല. ഭൂമിയിൽ പെണ്ണിന്റെ ചൂടിനോടും ചൂരിനോടും മാത്രം ആസക്തി തോന്നുന്ന ഒരു പുരുഷനും തിരിച്ചറിയാൻ പറ്റില്ല. ഇയാൾക്കും താൻ ഒരു ശവമായി കിടന്നുകൊടുക്കാം. ഇങ്ങനെയെല്ലാം ചിന്തിച്ചുകൊണ്ട് അവൾ അവരോടൊപ്പം യാത്രയായി. അവൾ സഞ്ചരിക്കുന്ന കാളവണ്ടിയോടൊപ്പം മല്ലന്മാർ സഞ്ചരിക്കുന്നുണ്ടായിരുന്നു.

ഇരുപത്തിയൊൻപത്

അമ്പലത്തിനടുത്തുള്ള ആൽത്തറയിൽ ബലരാമനെ പ്രതീക്ഷിച്ചിട്ടെന്നവണ്ണം സുദേവൻ ഇരുന്നു. സമയം ഉച്ചയോടടുത്തിരിക്കുന്നു. അല്പം കഴിഞ്ഞപ്പോൾ അമ്പല ഗോപുരവാതിൽ കടന്ന് ബലരാമൻ നടന്നുവന്നു. സുദേവൻ അവനെ കണ്ടതും കൈ വീശിക്കാണിച്ചു. ബലരാമൻ അന്തംവിട്ടുനിന്നു. ഉത്തരയെ കൊണ്ടുപോകാൻ സഹായിച്ചതും സുദേവനു വേണ്ടി കാളവണ്ടി തയ്യാറാക്കിയതും അവരെ യാത്രയാക്കിയതും താനാണ്. ഇപ്പോൾ ഇവൻ ഇവിടെ. ഉത്തരയെവിടെ? ബലരാമൻ ഓടി സുദേവന്റെ അരികിൽ എത്തി.

ബലരാമൻ അരികിലെത്തിയതും സുദേവൻ തോളിൽ അവനെ കെട്ടിപുണർന്നു. ബലരാമന്റെ തോളിൽ കണ്ണീർ പടർന്നു. പെട്ടെന്ന് അയാൾ സുദേവനെ തോളിൽനിന്നും അടർത്തി. സുദേവന്റെ ഹൃദയം നൊന്തു. വേവലാതിയോടെ ബലരാമൻ ചോദിച്ചു.

"എന്താ ദേവാ എന്തുപറ്റി?"

സംഭവിച്ചതൊക്കെ സുദേവൻ അവനോട് പറഞ്ഞു. കേട്ടപ്പോൾ നല്ല വിഷമം തോന്നിയെങ്കിലും ബലരാമൻ അവനെ ആശ്വസിപ്പിച്ചു.

"നീ സമാധാനമായിരിക്ക്. നമുക്ക് അവളെ കണ്ടുപിടിക്കാം. ഞാൻ നിന്നോടൊപ്പം ഉണ്ട്. ആർക്കും സംശയം തോന്നാത്ത വിധത്തിൽ നമുക്ക് ഒരന്വേഷണം നടത്താം. നീ ധൈര്യമായിരിക്ക് അവൾക്ക് ഒന്നും തന്നെ സംഭവിച്ചിട്ടുണ്ടാവില്ല. ഇപ്പോൾ നീ വീട്ടിലേക്ക് പോകൂ." ഇവരുടെ സംഭാഷണം ശ്രവിച്ച് അധികം അകലെയല്ലാതായി ഒരാൾ നില്ക്കുന്നത് അവർ ശ്രദ്ധിച്ചില്ല.

ശിവപ്പനായ്ക്കരുടെ താവളത്തിലെത്തിയ ഉത്തരയ്ക്കു നേരിടേണ്ടി വന്നത് തന്റെ ശരീരത്തോടുള്ള കാമാസക്തി മാത്രമായിരുന്നില്ല. മറിച്ച്

ക്രൂരത. പ്രധാന സവിശേഷതകളോടു കൂടിയ, ക്രൂരതയിൽ ആനന്ദം അനുഭവിക്കുന്ന ലൈംഗിക വൈകൃതങ്ങളായിരുന്നു ഉത്തരയ്ക്ക് അനുഭവിക്കേണ്ടിവന്നത്. അയാളുടെ കാമാഗ്നി അണയ്ക്കുവാൻ അയാൾ ഉത്തരയുടെ സുന്ദരവും മൃദുലവുമായ മേനിയിൽ തന്റെ പല്ലും നഖവും ആഴ്ത്തി രസിച്ചു. അവൾ വേദനകൊണ്ട് പുളയുന്നത് കണ്ട് അയാൾ ആർത്തു ചിരിച്ചു. എല്ലാം കെട്ടടങ്ങിയപ്പോൾ ഉത്തര കണ്ടത് വിജയശ്രീലാളിതനെപ്പോലെ ഉല്ലസിച്ച് ചിരിച്ചു നില്ക്കുന്ന ശിവപ്പനായ്ക്കരെയാണ്.

അവസാനം അയാൾ കിടക്കയിൽനിന്നും ഉത്തരയെ അവളുടെ നീണ്ട ഇടതൂർന്ന മുടിയിൽ ചുറ്റിപ്പിടിച്ച് പൊക്കി നിർത്തി. അവളുടെ മുറിവേറ്റു തിണർത്ത ചുണ്ടുകളിൽ അയാൾ വീണ്ടും തന്റെ പല്ലുകൾ താഴ്ത്തി.

വേദനകൊണ്ട് ഉത്തരയുടെ കണ്ണുകൾ നിറഞ്ഞൊഴുകി. നായ്ക്കർ ആ മുറിയിൽനിന്നും പോയി. അവൾ കിടക്കയിൽ ഇരുന്നു. അവളുടെ മുഖം എതിരെ ഇരുന്ന നിലക്കണ്ണാടിയിൽ കണ്ടു. അത് മറ്റാരോ ആണെന്ന് അവൾക്കു തോന്നിപ്പോയി. അവൾക്ക് സ്വയം വെറുപ്പും നിന്ദയും തോന്നി.

തന്റെ അഴിഞ്ഞുലഞ്ഞ മുടി വാരിക്കെട്ടി വസ്ത്രങ്ങൾ എടുത്തണിഞ്ഞ് ഉത്തര അവിടെനിന്നും ഇറങ്ങി. ശിവപ്പനായ്ക്കർ അവൾക്ക് ധാരാളം സമ്മാനങ്ങൾ നല്കി. പക്ഷേ, അവൾ അതൊന്നും ശ്രദ്ധിച്ചതുപോലുമില്ല. അവൾ തെരുവിൽ കൂടി നടന്നു. കാലുകൾ വേച്ചു പോകുന്നതുപോലെ തോന്നി. ദേഹമാസകലം വേദനിക്കുന്നു.

വല്ലാത്ത ദാഹം തോന്നുന്നു. വീഥിയുടെ ഒരു ഭാഗത്തുകൂടി സമാന്തരമായി ഒഴുകുന്ന സീമന്തിനിപ്പുഴ. വശ്യമനോഹരമായി പതഞ്ഞൊഴുകുന്ന പുഴ കണ്ടപ്പോൾ തന്റെ ദാഹം ശമിപ്പിക്കണമെന്ന് അവൾക്ക് തോന്നി. അതിന്റെ ആഴക്കയങ്ങളിൽ അമരാൻ അവൾ കൊതിച്ചു. അവൾ അതിലേക്ക് എടുത്തുചാടി.

മുപ്പത്

പെരുമാളിന്റെ വീട്ടിൽ സുദേവന്റെ വിവാഹത്തിനുവേണ്ട ഒരുക്കങ്ങൾ നടക്കുന്നു. കൗശികൻ പെരുമാളിന്റെ നിർദ്ദേശപ്രകാരം എല്ലാം ഓടി നടന്ന് ചെയ്തു. സുദേവന്റെ അഭിപ്രായങ്ങൾ ഒന്നും തന്നെ ആരും ആരായുന്നതേ ഉണ്ടായിരുന്നില്ല.

സുദേവന്റെ മനസ്സ് ആകെ കലുഷിതമായിരുന്നു. ബലരാമനെ കാണാൻ വേണ്ടി അവൻ ആൽത്തറ ലക്ഷ്യമാക്കി നടന്നു.

ആൽമരച്ചുവട്ടിൽ ആകെ പതിവില്ലാത്ത ഒരു ആൾക്കൂട്ടം. സുദേവൻ അതു ശ്രദ്ധിച്ചു. ഒരു നിമിഷം അവിടെത്തന്നെ നിന്നശേഷം അയാൾ വേഗത്തിൽ അവിടേക്കു ചെന്നു. ആൾക്കൂട്ടത്തെ വകഞ്ഞുമാറ്റി. ആൽത്തറയ്ക്കു സമീപം ചെന്ന സുദേവൻ... അവിടെ ഒരാൾ മരിച്ചു കിടക്കുന്നതാണു കണ്ടത്. അയാളുടെ മുഖം ദർശിച്ചതും സുദേവൻ ഞെട്ടിപ്പോയി. ബലരാമൻ തന്റെ പ്രിയമിത്രം. ദേഹമാസകലം മുറിവുകൾ... ആദ്യ കാഴ്ചയിൽത്തന്നെ അതൊരു കൊലപാതകമാണെന്നു മനസ്സിലായിരുന്നു. സുദേവന്റെ മനസ്സ് മരവിച്ചു. അവന്റെ കണ്ണുകൾ ആരെയോ തേടി. മുഖം വലിഞ്ഞു മുറുകി. അവൻ അവിടെനിന്നു പെട്ടെന്ന് തിരിഞ്ഞു നടന്നു. ചെന്നു നിന്നത് സുരുചിയുടെ മുൻപിൽ.

സുദേവൻ അയാളെ ആക്രമിച്ചു. എന്നാൽ സുരുചി തികഞ്ഞ ഒരു അഭ്യാസി ആയിരുന്നു. എങ്കിലും സുദേവൻ അവനെ തറ പറ്റിച്ചു. അവന്റെ കഴുത്തിൽ കാലുകൾ ഊന്നി സുദേവൻ ചോദിച്ചു.

"നീ എന്തിനാണ് എന്റെ ചങ്ങാതിയെ.... നിന്നെ ഞാൻ കൊല്ലും."

സുദേവൻ കോപത്തോടെ പറഞ്ഞു. പെട്ടെന്ന് സുരുചി സുദേവന്റെ പിടിയിൽനിന്നും മറ്റൊരു അഭ്യാസത്തിലൂടെ രക്ഷപ്പെട്ടു. എന്നിട്ട് ഒരു പരിഹാസച്ചിരി മുഖത്തുവരുത്തി സുദേവന്റെ ആക്രമണത്തെ തടഞ്ഞു കൊണ്ട് പറഞ്ഞു.

"അവന്റെ വിധി നടന്നു... അത്രതന്നെ. തമ്പുരാൻ മാറ്.. ജനിച്ചാൽ ഒരിക്കൽ മരിക്കും... മരണത്തെ സുരുചിക്ക് ഭയമില്ല." അയാൾ അവനെ കടന്ന് നടന്നുപോയി.

ദിവസങ്ങൾ കൊഴിഞ്ഞു പൊയ്ക്കൊണ്ടിരുന്നു. സുദേവനു ജീവിതം മടുത്തു തുടങ്ങി.അയാൾ മനഃസമാധാനം കിട്ടാൻ മദ്യത്തെ ആശ്രയിച്ചു തുടങ്ങി. മദ്യത്തിൽ മുങ്ങിയ ജീവിതമായിരുന്നു പിന്നീടങ്ങോട്ട് സുദേവ ന്റേത്. ഇത് കൗശികനെ വല്ലാതെ വേദനിപ്പിച്ചു. അയാളുടെ ഉപദേശ ങ്ങൾ പോലും സുദേവൻ ചെവിക്കൊണ്ടില്ല.

മാഘപൗർണ്ണമി കഴിഞ്ഞുള്ള ശുഭമുഹൂർത്തത്തിൽ സുദേവന്റെ കല്യാണം നടത്താൻ പെരുമാൾ തീരുമാനിച്ചു. അങ്ങനെയിരിക്കെ ഒരു ദിവസം ഗജേന്ദ്രന്റെ ഒരു വിശ്വസ്ത സേവകൻ പെരുമാളിന്റെ വസതി യിൽ ഒരു അത്യാവശ്യ സന്ദേശം അറിയിക്കാനായി വന്നു. പക്ഷേ, അയാളെ എതിരേറ്റത് മദ്യപിച്ച് മദോന്മത്തനായി നില്ക്കുന്ന സുദേവനാ യിരുന്നു. സുദേവൻ അയാളെ ആക്ഷേപിച്ചിറക്കി വിട്ടു. കൂടാതെ ഗജേ ന്ദ്രന്റെ മകളുമായി ഈ ജന്മം തന്റെ വിവാഹം നടക്കില്ല എന്ന് ഗജേ ന്ദ്രനെ അറിയിക്കുവാൻ അയാളോട് പറഞ്ഞുവിട്ടു.

സേവകൻ വളരെ വ്യസനത്തോടെ അവിടെനിന്നും പോയി. ഗജേ ന്ദ്രനോട് എല്ലാ വിവരങ്ങളും പറഞ്ഞു. എല്ലാം കേട്ട് ഗജേന്ദ്രൻ കോപാ കുലനായി. അയാൾ പെട്ടെന്ന് തന്നെ പെരുമാളിന്റെ അടുത്തേക്ക് ഒരു സേവകനെ അയച്ചു. ഈ വിവാഹത്തിന് അയാൾക്ക് സമ്മതമല്ലെന്ന് അറിഞ്ഞ നിമിഷം പെരുമാൾ കോപാന്ധനായി അയാൾ അലറി.

"സുദേവാ..."

ആ ശബ്ദം കേട്ടവരെല്ലാം ഞെട്ടി. പെരുമാൾ തന്റെ മുറിയിൽ കരു തിയിരുന്ന ചാട്ടവാർ കൈയിലെടുത്ത് സുദേവന്റെ മുറി ലക്ഷ്യമാക്കി നടന്നു. പിറകേ കൗശികനും മറ്റ് ആളുകളും പക്ഷേ, അവർക്കാർക്കും പെരുമാളിനെ തടയാനുള്ള ധൈര്യം ഇല്ലായിരുന്നു.

മുറിയിൽ മദ്യപിച്ചിരിക്കുകയായിരുന്നു സുദേവൻ. ആ കാഴ്ച കണ്ടതും പെരുമാളിന്റെ ദേഷ്യം ഇരട്ടിച്ചു. അയാൾ ചാട്ടവാറുകൊണ്ട് സുദേവനെ ദേഷ്യം തീരുവോളം പ്രഹരിച്ചു. ഒരിക്കൽപ്പോലും അവൻ എതിർത്തില്ല. ആ കാഴ്ച കണ്ട് കൗശികൻ പൊട്ടിക്കരഞ്ഞുകൊണ്ട് മുഖം തിരിച്ചു.

പിന്നീടുള്ള സുദേവന്റെ ജീവിതം നാശത്തിലേക്കായിരുന്നു.സ്വയം നശിച്ച് അയാൾ ആനന്ദം കണ്ടെത്തി. പെരുമാൾ പറയുന്നതൊന്നും അനു സരിക്കാൻ സുദേവൻ കൂട്ടാക്കിയില്ല.

ഇടയ്ക്കൊക്കെ ബോധം ഉള്ളപ്പോൾ ദാസിപ്പുരയിൽ മായയെ കാണാൻ പോകും. അവരെ കണ്ട് തന്റെ ഉത്തരയെക്കുറിച്ച് സംസാ രിക്കും. അവളെക്കുറിച്ച് ഓർത്ത് കരയും. മായയും കൂടെ കരയും. എന്നിട്ട് അവനെ ആശ്വസിപ്പിക്കും. ആരൊക്കെ എതിർത്താലും അവർക്ക് അതൊന്നും പ്രശ്നമല്ലാതായി.

പെരുമാൾ പതുക്കെ അവനെ മറന്നു തുടങ്ങി. കൗശികനു മാത്രം അവനൊരു ഹൃദയനൊമ്പരമായി അവശേഷിച്ചു. അവർതമ്മിൽ ഇപ്പോൾ സംസാരിക്കാറേയില്ല.

മുപ്പത്തിയൊന്ന്

സീമന്തിനിപ്പുഴയുടെ ആഴക്കയങ്ങളിൽ മുങ്ങിയും പൊങ്ങിയും ഉത്തര ഒഴുകിക്കൊണ്ടിരുന്നു. അപ്പോഴാണ് നദിയിൽ കുളിച്ചുകൊണ്ടിരുന്ന ഒരാൾ അതു ശ്രദ്ധിച്ചത്. ഒരു സ്ത്രീ ഒഴുകി വരുന്നു. അയാൾ മറ്റൊന്നും ആലോചിച്ചില്ല. പെട്ടെന്ന് നദിയിലേക്ക് എടുത്തുചാടി വേഗത്തിൽ നീന്തിച്ചെന്ന് ഉത്തരയുടെ മുടിയിൽ പിടിച്ച് കരയിലേക്ക് അടുപ്പിച്ചു. അവളെ മറ്റാളുകളുടെ സഹായത്തോടെ കരയിൽ എടുത്തു കിടത്തി.

അപ്പോഴേക്കും കുറച്ചു സ്ത്രീകൾ അവൾക്കു ചുറ്റും കൂടി അവൾക്ക് പ്രഥമ ശുശ്രൂഷ നല്കി. അല്പനേരം കഴിഞ്ഞപ്പോൾ അവൾ കണ്ണുകൾ തുറന്നു. പകപ്പോടെ ചുറ്റും നോക്കി. താൻ മരിച്ചിട്ടില്ല. മരണത്തിനുപോലും തന്നെ വേണ്ട. അവളുടെ കണ്ണുകൾ നിറഞ്ഞൊഴുകി. ആരൊക്കെയോ അവളോട് എന്തൊക്കെയോ ചോദിക്കുന്നു. പക്ഷേ, അവർക്കാർക്കും ഉത്തരമൊന്നും കിട്ടിയില്ല. അല്പനേരം കഴിഞ്ഞപ്പോൾ പലരും പിരിഞ്ഞുപോയി. അവളെ ശുശ്രൂഷിച്ചുകൊണ്ട് അരികിൽ ഒരു സ്ത്രീ ഉണ്ടായിരുന്നു.

ആ നാട്ടിലെ ഒരു ദേവദാസി ആയിരുന്നു അത്, പേര് ഉജ്ജ്വല, അവൾ ഉത്തരയെ നോക്കി ചിരിച്ചു. ഉത്തരയുടെ മുഖത്ത് നിർവ്വികാരത തളം കെട്ടി നിന്നു. ഉജ്ജ്വല അവളോട് ഒന്നുംതന്നെ ചോദിച്ചില്ല. പകരം അവളെ കൂട്ടിക്കൊണ്ട് തന്റെ താമസസ്ഥലത്തേക്ക് പോയി.

അവിടെച്ചെന്ന് ഉത്തരയ്ക്കുമാറി ഉടുക്കാൻ അവൾ വസ്ത്രം നല്കി. ഒരു കുടുസുമുറി മാത്രമുള്ള ചെറിയ വീടായിരുന്നു ഉജ്ജ്വലയുടേത്.. ഉജ്ജ്വല അവൾക്ക് ആഹാരം നല്കി.

ഉത്തര ആത്മഹത്യക്കു ശ്രമിച്ചതാണെന്ന് ഉജ്ജ്വല മനസ്സിലാക്കി.

അവൾ ഉത്തരയോട് ചോദിച്ചു.

"നീ ഒരു ദേവദാസിയാണ് അല്ലേ..." ഉത്തര അവളുടെ മുഖത്തേക്കു നോക്കി അതേ എന്ന് തലയിളക്കി. അവർക്കിടയിലെ മൗന നിമിഷങ്ങളുടെ ആയുസ്സിനു ദൈർഘ്യം കൂടി വന്നു.

ഉത്തര വിദൂരതയിലേക്കു കണ്ണുനട്ട് ഇരുന്നു. ആ കാഴ്ച ഉജ്ജ്വലയിൽ നൊമ്പരം ഉളവാക്കി. അവൾ ഉത്തരയുടെ നെറുകയിൽ തലോടി ആശ്വസിപ്പിച്ചു.

"നാം ഭൂമിയിൽ പിറവിയെടുത്തു പോയി കുട്ടീ.. ദൈവം വിളിക്കുമ്പോഴല്ലാതെ നമുക്ക് മരണത്തിലേക്ക് പ്രവേശനം ഇല്ല. അതിനാൽ നീ ഇനി അതിനെക്കുറിച്ച് ചിന്തിക്കരുത്."

ഉജ്ജ്വലയുടെ സ്വരം ദൃഢമായിരുന്നു. എങ്കിലും അതിലെ ഇടർച്ച ഉത്തര തിരിച്ചറിഞ്ഞു. അവൾ ഉജ്ജ്വലയെ നോക്കി. അവരുടെ വിടർന്നു മനോഹരങ്ങളായ കണ്ണുകൾ നിറഞ്ഞു തുളുമ്പുന്നു. അവൾ തന്റെ കഥ ഉത്തരയോട് പറയുവാൻ തുടങ്ങി.

ദാരിദ്ര്യത്തിൽ കഴിഞ്ഞിരുന്ന ഒരു കുടുംബമായിരുന്നു തന്റേത്. എന്നാൽ ദേവദാസി ആയതോടെ തന്റെ കുടുംബം അഭിവൃദ്ധി പ്രാപിച്ചു. ദാസിപ്പുരയിൽനിന്നും പുറത്തായപ്പോൾ ഒരിക്കൽ അവൾ തന്റെ വീട് തേടി ചെന്നു. എന്നാൽ അവളുടെ സഹോദരങ്ങൾ അവളെ ആട്ടിപ്പുറത്താക്കി. മാതാപിതാക്കൾ അവൾക്കു നേരെ മുഖം തിരിച്ചു. കാരണം അവൾ ഒരു ദേവദാസി ആയതിനാൽ ആ നാടുവിട്ട് അവൾ പലദേശങ്ങളിലും ജീവിച്ചു. ഒരു നേരത്തെ ആഹാരത്തിന് സ്വന്തം ശരീരം വിറ്റ് അവൾ ജീവിക്കുന്നു.

ഈ കഥ കേട്ടതും ഉത്തര അവളെ കെട്ടിപ്പിടിച്ച് പൊട്ടിക്കരഞ്ഞു. അവരും താനും ഒരേ തൂവൽപ്പക്ഷികളാണ്. അവർ പരസ്പരം കണ്ണീരൊപ്പി ആശ്വസിപ്പിച്ചു. ഏറെനേരം കെട്ടിപ്പിടിച്ച് അവർ അങ്ങനെ ഇരുന്നു.

അപ്പോൾ സമയം നന്നേ ഇരുട്ടിയിരുന്നു. വീടിനു പുറത്ത് ആളനക്കം. പെട്ടെന്ന് ഉത്തരയെ നോക്കി മിണ്ടരുതെന്ന് ആംഗ്യം കാട്ടിയിട്ട് അവൾ വിളക്ക് ഊതിയണച്ചു. അവളെ കിടക്കയിൽ വിട്ടിട്ട് ഉജ്ജ്വല വാതിൽ തുറന്ന് പുറത്തെ ഇരുളിൽ മറഞ്ഞു. ഏറെനേരം കഴിഞ്ഞിട്ടും ഉജ്ജ്വലയെ കാണാഞ്ഞ് ഉത്തര ഉറക്കത്തിലേക്കു വഴുതി വീണു.

രാവിലെ ഉറക്കമുണർന്നപ്പോൾ ഉത്തര കണ്ട കാഴ്ച അവളെ ഞെട്ടിച്ചു. നെറ്റിയിൽ ഭസ്മക്കുറിയിട്ട് കുളിച്ച് സുന്ദരിയായി കൈയിൽ ചൂടുകാപ്പിയുമായി പുഞ്ചിരിയോടെ നില്ക്കുന്ന ഉജ്ജ്വല.

ഉത്തര പതിയെ കിടക്കയിൽ എഴുന്നേറ്റിരുന്നു. ഉജ്ജ്വല അവൾക്കെതിരെ വന്നിരുന്നു.

"ഇന്നലെ രാത്രിയിൽ നിനക്ക് നല്ല പനിയായിരുന്നു. ഇപ്പോൾ സുഖം തോന്നുന്നുണ്ടോ.. ദാ ഈ ചൂടു കാപ്പി കുടിച്ചോളൂ ഒക്കെ മാറും."

ഉത്തര കാപ്പി കൈയിൽ വാങ്ങി. പതിയെ ഊതിക്കുടിക്കുവാൻ തുടങ്ങി. ഉജ്ജ്വല അവളെ നോക്കി പറഞ്ഞു:

“നാളെ മാഘ പൗർണ്ണിയാണ്. ഇവിടെ അടുത്തു ഒരു ക്ഷേത്രമുണ്ട്. അവിടെ ധാരാളം ദേവദാസികൾ നാളെ എത്തും. നമുക്കും രാത്രിയിൽ പോകണം.”

“ഇല്ല ഞാൻ വരുന്നില്ല... എനിക്കു പോകണം.”

ഉത്തര പറഞ്ഞു. ഉജ്ജ്വല ഒന്നും മിണ്ടിയില്ല. ഉത്തര എഴുന്നേറ്റ് മുഖം കഴുകി. തന്റെ ഭാണ്ഡക്കെട്ടെടുത്ത് ചുമലിൽ ഇട്ടു. ഉജ്ജ്വലയോട് യാത്ര പറഞ്ഞ് അവൾ ഇറങ്ങി ലക്ഷ്യമില്ലാതെ നടന്നു. ഉജ്ജ്വല അതു നോക്കി നിന്നു. ശേഷം നെടുവീർപ്പോടെ അകത്തേക്കു പോയി.

മുപ്പത്തിരണ്ട്

അന്ന് ഒരു മാഘ പൗർണ്ണമി ആയിരുന്നു. കേശവപ്പെരുമാൾ വളരെ സന്തോഷത്തിലാണ്. അയാൾ ഇപ്പോഴും ദേവദാസികളുമായി രമിച്ച് സന്തോഷമായി ജീവിക്കുന്നു. സുദേവൻ മദ്യപിച്ച് ലക്കുകെട്ട് മുറിയിൽ കിടക്കുന്നു.

ഇന്ന് ദാസിപ്പുരയിൽ പുതിയ ദാസിപ്പെണ്ണ് വരുന്ന ദിവസമാണ്. കൗശികൻ ആകെ ദുഃഖിതനാണ്. ഒരു മകൻ ഉള്ളത് കുടിച്ച് ജീവിതം നശിപ്പിക്കുന്നു. പെരുമാൾ ഇപ്പോഴും ദാസിപ്പുരയിൽ ദാസിപ്പെണ്ണുങ്ങളെ കൊണ്ടു വരുന്നതിൽ ശ്രദ്ധ ചെലുത്തുന്നു. സ്വന്തം മകനെക്കുറിച്ച് ഒരു വിചാരവും ഇല്ല.

സുദേവന്റെ കിടപ്പുകണ്ട് അയാൾ നെടുവീർപ്പിട്ടു. “കൗശികാ” പെരുമാളിന്റെ സന്തോഷം നിറഞ്ഞ വിളി കൗശികനെ ചിന്തയിൽ നിന്നുണർത്തി. അയാൾ വിളി കേട്ട് പെരുമാളിന്റെ അരികിലെത്തി.

“ദാസിപ്പുരയിൽ നാളെ എനിക്ക് പോകേണ്ടതുണ്ട്. വേണ്ട ഒരുക്കങ്ങൾ ചെയ്തോളൂ.” കൗശികനോട് അയാൾ പറഞ്ഞു. കൗശികൻ മുഖത്ത് കൃത്രിമ സന്തോഷം വരുത്തിക്കൊണ്ട് ചെയ്യാമെന്ന് അറിയിച്ചു.

ഒരേയൊരു പുത്രൻ മദ്യപിച്ച് ജീവിതം കളയുന്നു. പക്ഷേ, പെരുമാൾക്ക് അതിനെക്കുറിച്ച് യാതൊരു ചിന്തയും ഇല്ല. സുദേവനെ പൂർണ്ണമായും മറന്ന മട്ടാണ്. അയാൾ ഇപ്പോഴും ദേവദാസിയെക്കുറിച്ച് ചിന്തിക്കുന്നു.

ആത്മഗതമെന്നോണം പിറുപിറുത്തുകൊണ്ട് അയാൾ പുറത്തേക്ക് പോയി.

പിറ്റേന്ന് രാവിലെ ഉറക്കമുണർന്ന സുദേവന് പതിവില്ലാതെ മായയെ കാണണമെന്ന് തോന്നി. അവൻ പ്രഭാതകൃത്യങ്ങൾക്കുശേഷം മദ്യപിക്കാതെ ദാസിപ്പുരയിലേക്ക് പോയി കവാടത്തിലെ കാവല്ക്കാരൻ ഇപ്പോൾ

അവനെ തടയാറില്ല. കാരണം, അവനെ നേരിടാൻ അവർക്ക് കെല്പില്ല. ആരേയും സുദേവൻ ഇപ്പോ കൂസാറില്ല. പക്ഷേ, പടിപ്പുര കടന്ന സുദേവൻ കണ്ട കാഴ്ച അയാളെ അമ്പരപ്പിച്ചു. അവിടെ ഒരു കാളവണ്ടിയിൽ നിന്നും പതിമൂന്നോ പതിനാലോ വയസ്സുമാത്രം പ്രായം വരുന്ന ഒരു പെൺകുട്ടി ഇറങ്ങുന്നു. പെട്ടെന്ന് സുദേവന് ഉത്തരയുടെ രൂപം മനസ്സിൽ വന്നു. വന്നിരിക്കുന്നത് പുതിയ ദാസിയാണെന്ന് അവനു മനസ്സിലായി. അവൻ വന്ന വഴി തിരികെ നടന്നു. അവന്റെ മുഖം വലിഞ്ഞു മുറുകി മനസ്സിൽ ഉറച്ച തീരുമാനങ്ങൾ എടുത്തുകൊണ്ട് അവൻ വേഗത്തിൽ നടന്നു.

സമയം സന്ധ്യയോടടുത്തിരിക്കുന്നു. പെരുമാൾ ദാസിപ്പുരയിലേക്ക് പോകാനുള്ള ഒരുക്കത്തിലാണ്. സുദേവൻ വീട്ടിനു പിന്നാമ്പുറത്ത് എത്തി. അവിടെ വിശാലമായ മുറ്റത്ത് കൂട്ടിയിട്ടിരുന്ന തേങ്ങാക്കൂട്ടം കണ്ടു. അതിനു സമീപം കുത്തി നാട്ടി നിർത്തിയിരിക്കുന്ന പാര വലിച്ചൂരിയെടുത്തു അവൻ ക്രൂരമായ സന്തോഷത്തോടെ അതിലേക്കു നോക്കി. എന്നിട്ട് അകത്തേക്കു കയറി. നേരെ പെരുമാളിന്റെ മുറി ലക്ഷ്യമാക്കി നടന്നു.

പാര പിന്നിലൊളിപ്പിച്ചു വച്ച് അവൻ പെരുമാളിന്റെ മുറിയിലേക്കു കയറി. പെരുമാളാകട്ടെ പുതുവസ്ത്രങ്ങളണിഞ്ഞ് സുഗന്ധദ്രവ്യം പൂശി അണിഞ്ഞൊരുങ്ങുകയാണ്. സുദേവൻ കടന്നുവന്നത് അയാൾ അറിഞ്ഞില്ല. സുദേവൻ അയാൾക്കു പുറകിലെത്തി. സർവ്വശക്തിയുമെടുത്ത് പാര കൊണ്ട് പെരുമാളിന്റെ തലയ്ക്കടിച്ചു. 'അമ്മേ..' എന്ന ആർത്തനാദത്തോടെ പെരുമാൾ താഴേക്കു പതിച്ചു. വീഴ്ചയിൽ അയാൾ തിരിഞ്ഞുനോക്കി. തന്റെ മകൻ... സുദേവൻ... മോനേ... സുദേവാ... അയാൾ വേദനയോടെ വിളിച്ചു.

"ഇനി നീയൊരു പെണ്ണിന്റെയും ജീവിതം നശിപ്പിക്കരുത്." സുദേവൻ ആക്രോശിച്ചു. ശബ്ദം കേട്ട് കൗശികൻ ഓടിവന്നു. അവിടെ കണ്ട കാഴ്ച അയാളെ ഞെട്ടിച്ചു കളഞ്ഞു. ചോര പുരണ്ട പാരയുമായി നില്ക്കുന്ന സുദേവൻ തറയിൽ ചോരയിൽ കുളിച്ച് പെരുമാൾ. രംഗം പന്തിയല്ലെന്നു മനസ്സിലായ കൗശികൻ പുറത്തേക്കുള്ള വാതിൽ ചാരി. എന്നിട്ടു സുദേവന്റെ കൈയിൽ നിന്നു പാര പിടിച്ചുവാങ്ങി.

"മോനേ ചതിച്ചല്ലോ നീയ്."

അയാൾ വാ പൊളിച്ച് നിലവിളിച്ചു. പെട്ടെന്ന് സുരുചി അടക്കമുള്ളവർ വാതിൽ തള്ളിത്തുറന്ന് അകത്തേക്കുവന്നു. മുറിയിലെ രംഗം കണ്ട് വന്നവർ പകച്ചു നിന്നു. പെട്ടെന്ന് കൗശികൻ സ്ഥലകാലബോധം വന്നവനെപ്പോലെ പുലമ്പി.

"ഞാൻ തമ്പുരാനെ കൊന്നു
ഞാൻ തമ്പുരാനെ കൊന്നേയ്"

അതും പറഞ്ഞുകൊണ്ട് അയാൾ പുറത്തേക്കു പാഞ്ഞു. സുദേവൻ ഇതുകണ്ട് തറഞ്ഞു നിന്നു. സുരുചി പെരുമാളിന്റെ അരികിലെത്തി.

അയാൾ മരിച്ചെന്നുറപ്പാക്കി. സുരുചി സുദേവനെ സൂക്ഷിച്ചുനോക്കി. സുദേവൻ കൗശികനു പിന്നാലെ ഓടി. കൂടെ മറ്റുള്ളവരും സുരുചിയും.

കൗശികൻ മുറ്റത്തെത്തി ആളുകൾ നോക്കി നില്ക്കെ അയാൾ കൈയിലിരുന്നു പാര സ്വന്തം വയറ്റിൽ കുത്തിയിറക്കി. സുദേവൻ ഓടി വന്ന് അയാളെ പിടിച്ചു. മറിഞ്ഞു വീഴാൻ തുടങ്ങിയ കൗശികനെ താങ്ങി തന്റെ മടിയിൽ കിടത്തി. അയാൾ വെള്ളം... വെള്ളം... എന്ന് ഞരങ്ങി ചോദിച്ചു.

"കൗശികാ എന്താ ഈ കാട്ടിയത് ഞാൻ ഞാനല്ലേ..." പറഞ്ഞുതീരുന്നതിനു മുൻപ് അയാൾ കൈയെടുത്ത് സുദേവന്റെ വായ്പൊത്തി. പക്ഷേ, കൈ കുഴഞ്ഞു എങ്കിലും അയാൾ ക്ഷീണിച്ച സ്വരത്തിൽ പറഞ്ഞു.

"മോൻ ഇവിടെ വേണം... കുട്ടനു മാത്രമേ എന്തെങ്കിലും ചെയ്യാൻ സാധിക്കൂ. ഇതാണു ശരി. എന്റെ കുടുംബം കൂടി ഞാൻ ഈ കൈകളിൽ ഏല്പിക്കുന്നു."

ആരോ അപ്പോൾ വെള്ളവുമായെത്തി. സുദേവൻ അതുവാങ്ങി അയാളുടെ വായിൽ ഒഴിച്ചുകൊടുത്തു. കൗശികൻ സംതൃപ്തിയോടെ ഒരിക്കൽക്കൂടി സുദേവനെ നോക്കി. പിന്നീട് ആ കണ്ണുകൾ തുറന്നില്ല, അനന്തമായ നിദ്രയിലേക്ക് അയാൾ ആഴ്ന്നുപോയി.

പെരുമാളിന്റെയും കൗശികന്റെയും മരണാനന്തര ചടങ്ങുകൾക്കു ശേഷം സുദേവൻ ഉറച്ച തീരുമാനത്തിലെത്തി. തനിക്ക് ജീവിക്കാൻ തന്റെ പൂർവ്വികന്മാരായി ഉണ്ടാക്കി ഇട്ടിരിക്കുന്ന കണ്ണെത്താ ദൂരത്തോളമുള്ള സ്വത്തുക്കളുടെ ആവശ്യം ഇല്ല തന്റെ അച്ഛനായിട്ട് വേദനിപ്പിക്കപ്പെട്ടവർക്ക് അച്ഛന്റെ ആശ്രിതർക്ക് ഒക്കെ അവ വീതിച്ചു നല്കണം.

അയാൾ ഒരു സുപ്രഭാതത്തിൽ സ്വത്തിന്റെ ഓരോ ഭാഗവും അവിടുത്തെ ആശ്രിതർക്ക് മറ്റും വീതിച്ചു കൊടുത്തു തുടങ്ങി. സുരുചിക്കും കൊടുത്തു ഒരു വീതം. അതു വാങ്ങുമ്പോൾ സുദേവന്റെ കാല്ക്കൽ വീണ് ക്ഷമചോദിച്ച് അയാൾ പൊട്ടിക്കരഞ്ഞു. സുദേവൻ പക്ഷേ, അയാളെ ആശ്വസിപ്പിച്ചു.

ദാസിപ്പുരയിലെ സ്ത്രീകൾക്ക് സുഭിക്ഷമായി കഴിയാനുള്ള വക കൊടുത്തു അവരെ അവിടെനിന്നും സ്വതന്ത്രരാക്കി. അവരിൽ ചിലർ ദേശത്തുപോയി. ചിലർ അവിടെത്തന്നെ താമസിച്ചു.

മായ തനിക്ക് കിട്ടിയ വീതവുമായി സുദേവനോടു യാത്ര പറഞ്ഞു. സുവേദന്റെ കണ്ണുകൾ നിറഞ്ഞു. മായ അവനെ ആശ്വസിപ്പിച്ചു.

"സുദേവാ.. അവൾ ജീവനോടെ ഉണ്ടെങ്കിൽ നിങ്ങൾ കണ്ടുമുട്ടും. തീർച്ച.."

കൗശികന്റെ കുടുംബത്തിനും സുഭിക്ഷമായി കഴിയാനുള്ളതൊക്കെ അയാൾ നല്കി.

സുദേവൻ കാഷായ വേഷം ധരിച്ച് ഉത്തരയെ തേടി വീടുവിട്ടിറങ്ങി. ഉത്തരയെ തന്റെ യാത്രയ്ക്കിടയിൽ എവിടെയെങ്കിലും വച്ചു കണ്ടുമുട്ടുമെന്ന പ്രതീക്ഷയിൽ അയാൾ യാത്ര തുടർന്നു.

മുപ്പത്തിമൂന്ന്

ഉത്തരയിലും സുദേവനിലും കാലം ചെല്ലുംതോറും കാലത്തിന്റെ പഴക്കം നിറം ചാർത്തിത്തുടങ്ങി. അവരിരുവരും ഒരിക്കലും കണ്ടുമുട്ടാത്ത വിധം എതിർദിശയിലൂടെ സഞ്ചരിച്ചു.

സുദേവന്റെ നിറം മങ്ങി. കണ്ണുകളിലെ പ്രകാശം നഷ്ടപ്പെട്ടു തുടങ്ങി. നെറ്റിയിൽ വരകൾ തെളിഞ്ഞു. മുഖത്തു നിറയെ ചുളിവുകളും മുടിയിൽ വെള്ളയും കയറിത്തുടങ്ങി.

ഉത്തര നന്നെ മെലിഞ്ഞു. കൈകാലുകൾ ശോഷിച്ച് കണ്ണിലെ തിളക്കം നഷ്ടപ്പെട്ട് മുടിയിഴകൾ പലതും നരച്ച് വാർദ്ധക്യത്തിന്റെ പടിവാതിൽ കയറിത്തുടങ്ങി. അപ്പോഴും അവളുടെ അലച്ചിലും കഷ്ടപ്പാടിനും അറുതി വന്നില്ല എന്നു മാത്രമല്ല രോഗഗ്രസ്തയായി മാറിക്കൊണ്ടിരിക്കുകയായിരുന്നു.

കാലചക്രം ആരെയും കാത്തു നില്ക്കാതെ ഉരുണ്ടു കൊണ്ടിരിക്കുന്നു. ഒരു ദിവസം ഉത്തര ഒരു ക്ഷേത്രപടിക്കെട്ടിൽ ഇരിക്കുകയായിരുന്നു. ദർശനത്തിനു വരുന്ന ആരെങ്കിലുമൊക്കെ ഭിക്ഷ കൊടുക്കും. ഒരു നേരമെങ്കിലും ആഹാരം കഴിക്കാനുള്ള വക അങ്ങനെ ലഭിക്കും. അപ്പോഴാണ് വളരെ പ്രായം ചെന്ന സ്ത്രീ പടികൾ കയറാൻ നന്നേ വിഷമിക്കുന്നത് കണ്ടത്. ഉത്തര അവരെ ശ്രദ്ധിച്ചു. എവിടെയോ കണ്ടു മറന്ന മുഖം അവൾ അവരുടെ അടുത്തേക്ക് ചെന്ന് അവരുടെ കൈ പിടിച്ച് അവരെ സഹായിച്ചു. ഉത്തര അവരുടെ മുഖത്തേക്ക് സൂക്ഷിച്ചു നോക്കി.

“മായമ്മേ..” അവൾ മന്ത്രിച്ചു.

ആ വൃദ്ധ ഉത്തരയുടെ കണ്ണുകളിലേക്ക് നോക്കി. ചിലമ്പിയ ശബ്ദത്തിൽ പറഞ്ഞു

“എന്റെ ഉത്തരേ..”

അവർ സന്തോഷാശ്രുക്കൾ പൊഴിച്ച് ആലിംഗന ബദ്ധരായി. അവരുടെ മനസ്സിൽ കുളിർമഴ പെയ്തു. നീണ്ട സ്നേഹപ്രകടനങ്ങൾക്കു ശേഷം ഉത്തര പോയിക്കഴിഞ്ഞുള്ള കഥകൾ മായമ്മ അവളോടു പറഞ്ഞു.

അന്ന് ആദ്യമായി അവൾക്ക് സുദേവനെ കാണണമെന്നു തോന്നി. എന്നാൽ അയാൾ എവിടെയാണെന്ന് മായമ്മയ്ക്ക് അറിയില്ലായിരുന്നു. ഉത്തര പൊട്ടിക്കരഞ്ഞു. മായ അവളെ തന്റെ ഒപ്പം വരാൻ ക്ഷണിച്ചെങ്കിലും അവൾ പോയില്ല. കാരണം, സുദേവനെ മരിക്കുന്നതിനുമുമ്പ് ഒരു പ്രാവശ്യം എങ്കിലും കാണണമെന്ന് അവൾക്കു മനസ്സ് മോഹിച്ചു.

തന്റെ യാത്ര അവസാനിപ്പിക്കാൻ സമയമായില്ല എന്ന് അവൾ തിരിച്ചറിഞ്ഞു. മായമ്മ അവൾക്കൊപ്പം വന്നവരുടെ കൂടെ അവിടെനിന്നും നിറകണ്ണുകളോടെ യാത്ര തിരിച്ചു.

അന്ന് ഉത്തരയ്ക്ക് ആഹാരം കഴിക്കാനോ ഉറങ്ങുവാനോ സാധിച്ചില്ല. അവളുടെ കൺമുമ്പിൽ നിറയെ മനസ്സു നിറയെ സുദേവന്റെ മുഖമായിരുന്നു. സുദേവൻ തന്നെ ഇത്രയധികം സ്നേഹിച്ചിരുന്നു എന്നുള്ള അറിവ് അവളെ വല്ലാതെ തളർത്തി.

സുദേവൻ ഇപ്പോൾ എവിടെ ആയിരിക്കും. തന്നെ തേടി നടക്കുന്നുണ്ടാവും. തന്നെ കണ്ടാലോ തനിക്കു കണ്ടാലോ പരസ്പരം മനസ്സിലാക്കാൻ സാധിക്കുമോ. തുടങ്ങിയ ചോദ്യങ്ങൾ അവളെ അസ്വസ്ഥയാക്കി. ഉത്തര വീണ്ടും തന്റെ യാത്ര ആരംഭിച്ചു. ഈ യാത്രയുടെ അന്ത്യം സുദേവന്റെ അടുത്തു തന്നെയാവും അവൾ ഉറച്ചു വിശ്വസിച്ചു.

ഇക്കാലമത്രയും താൻ ഒരുപാട് അലഞ്ഞു. ജീവിതത്തിൽ ഇനി അനുഭവിക്കാൻ ദുരിതങ്ങൾ അവശേഷിക്കുന്നില്ല. ഇന്ന് താൻ ഒരു രോഗിയാണ്. പരിക്ഷീണയും. ഒരിക്കൽക്കൂടി ഉച്ചുംഗിമലയിൽ പോകണമെന്ന് അവൾക്കു തോന്നി. തന്റെ മരണം അവിടെ ആകണമെന്ന് അവൾ ആഗ്രഹിച്ചു. സുദേവന്റെ നാടാണ്. അയാളെ ഒരു നോക്കുകാണാൻ സാധിച്ചാലോ അവൾ ആശിച്ചു. അവൾ അവിടേക്കു യാത്ര തിരിച്ചു.

സുദേവൻ ഇക്കാലമത്രയും ഒരുപാട് ദേശത്ത് അലഞ്ഞു നടന്നു, ഒരു മുഖം മാത്രം തേടി. ഉത്തരയെ തേടി. പക്ഷേ, കണ്ടുമുട്ടാനായില്ല. ഇപ്പോൾ അയാളും വൃദ്ധനായി അയാളും തന്റെ യാത്ര ഉച്ചുംഗിമല ലക്ഷ്യമാക്കി തുടർന്നു. അവിടെയാണ് ദേവദാസികളുടെ വിഹാര കേന്ദ്രം. ഒരുപക്ഷേ, ഉത്തരയെ അവിടെ വച്ച് ഒരിക്കൽക്കൂടി കാണുവാൻ സധിച്ചാലോ? ഈ ജന്മം ധന്യമായി. അയാളും വളരെ ആശിച്ചു.

മുപ്പത്തിനാല്

ഉത്തര തന്റെ കഥ പറഞ്ഞവസാനിപ്പിച്ചു. അവരുടെ നരച്ച കണ്ണുകൾ നിറഞ്ഞൊഴുകി. അവർ കണ്ണുകൾ ഒപ്പി.. കണ്ണുകൾ തുറന്നു നോക്കിയപ്പോൾ തനിക്കു മുൻപിൽ വലിയ ഒരു ജനാവലി എല്ലാവരുടെയും മുഖത്ത് ദുഃഖം അതിലൊരാൾ ചോദിച്ചു.

"അമ്മൂമ്മേ സുദേവനെ കണ്ടുമുട്ടിയോ..?" ഇല്ലെന്ന് അവർ തലയാട്ടി.

അവർ അവിടെനിന്നും എഴുന്നേറ്റ് പ്രാഞ്ചി പ്രാഞ്ചി നടന്നു. ആരൊക്കെയോ അവരെ വിലക്കുന്നുണ്ടായിരുന്നു. പക്ഷേ, അവർ അവിടെനിന്നും പ്രാഞ്ചി പ്രാഞ്ചി നടന്നു. മറ്റുള്ളവർ പറയുന്നതൊന്നും അവർ കേൾക്കുന്നുണ്ടായിരുന്നില്ല. അവർ ക്ഷേത്രം ലക്ഷ്യമാക്കി നടന്നു. പലപ്പോഴും തന്റെ കാലുകൾ തളർന്നു വേച്ചു പോകുന്നതുപോലെ ഉത്തരയ്ക്കു തോന്നി. അവൾ ക്ഷേത്രത്തിനടുത്തെത്തി ആൽത്തറയിൽ ഇരുന്നു.

രാത്രിയിൽ നടക്കാൻ പോകുന്ന ദേവദാസി ചടങ്ങിന്റെ ഒരുക്കങ്ങൾ തകൃതിയായി നടക്കുന്നു. ഉത്തര അല്പനേരം കണ്ണുകളടച്ച് ആൽത്തറയിൽ ഇരുന്നു.

കുറച്ചു കഴിഞ്ഞപ്പോൾ കണ്ണുകൾ തുറന്നു. തനിക്ക് എതിരെ പാതയുടെ മറുവശത്ത് ഒരു വൃദ്ധൻ തന്നെ ശ്രദ്ധിക്കുന്നു. അവർ ആ കണ്ണുകൾ പെട്ടെന്ന് തിരിച്ചറിഞ്ഞു. സുദേവൻ... നര വീണിട്ടുണ്ടെങ്കിലും ആ കണ്ണിലെ പഴയ പ്രകാശം അപ്പാടെ നശിച്ചിരുന്നില്ല. അവരുടെ ചുണ്ടുകൾ ചലിച്ചു.

സുദേവൻ..

അതേസമയം സുദേവനും ഉത്തരയെ തിരിച്ചറിഞ്ഞു കഴിഞ്ഞു. അയാൾക്കും അവളുടെ കണ്ണുകളിലെ തിളക്കം കാണാൻ കഴിഞ്ഞു. അയാളും മന്ത്രിച്ചു. 'ഉത്തര....' ഒറ്റക്കുതിപ്പിന് അവളുടെ അടുത്തെത്താൻ

അയാൾ ആഗ്രഹിച്ചു. പക്ഷേ, തന്റെ വാർദ്ധക്യവും ക്ഷീണവും അതിന നുവദിച്ചില്ല. എങ്കിലും അവൾക്കരികിലേക്ക് പെട്ടെന്ന് അയാൾ നടന്നു.

അപ്പോഴാണ് ഒരാരവം. ഒരു വലിയ ജനാവലി ക്ഷേത്രം ലക്ഷ്യമാക്കി പാതയിൽക്കൂടി ഓടിവരുന്നു. അവർ എന്തൊക്കെയോ വിളിച്ചു പറഞ്ഞു കൊണ്ടാണ് വരുന്നത്. സുദേവനും ഉത്തരയും അതൊന്നും ശ്രദ്ധിച്ചില്ല. അവരുടെ കണ്ണുകൾക്ക് ഒരു ജന്മത്തെ കഥകൾ പങ്കുവയ്ക്കാനുണ്ടായി രുന്നു. പെട്ടെന്ന് ഉത്തരയ്ക്ക് തന്റെ ശരീരം തളരുന്നതുപോലെ തോന്നി. അവൾ കുഴഞ്ഞു. ഇതുകണ്ട സുദേവൻ വളരെ പ്രയാസപ്പെട്ട് ജനനി ബിഡത്തെ തള്ളിമാറ്റി അവൾക്കരികിലെത്തി. അവൾ വീഴുന്നതിനുമുമ്പ് അയാൾ അവളുടെ ശരീരത്തെ തന്റെ കൈയിൽ താങ്ങി. ഉത്തര അയാളെ നോക്കി പുഞ്ചിരിച്ചു. അവളുടെ മുഖത്ത് ആത്മ നിർവൃതി പ്രകടമായി. സുദേവൻ അവളെ തന്റെ നെഞ്ചോട് ചേർത്തു പിടിച്ചു സുദേവന്റെ കൈത്തണ്ടയിൽ നനവ് അനുഭവപ്പെട്ടു. അയാൾ നോക്കി. ഉത്തരയുടെ വായിൽനിന്നും രക്തം. ശ്വാസം നിലച്ചിരിക്കുന്നു. പഞ്ഞിപോലുള്ള ആ ശരീരത്തെ നെഞ്ചോടു ചേർത്തുപിടിച്ച് അയാൾ പൊട്ടിക്കരഞ്ഞു. അപ്പോ ഴേക്കും ഉത്തരയുടെ മുഖത്ത് പുഞ്ചിരി കളിയാടുന്നുണ്ടായിരുന്നു.

ഈ സമയം ജനാവലി ക്ഷേത്രത്തിലേക്കു കുതിച്ചുകൊണ്ടിരിക്കു കയായിരുന്നു. പാവപ്പെട്ട കുരുന്നു പെൺകുട്ടികളുടെ നിർമ്മലജീവിതം തച്ചുടയ്ക്കുന്ന അനാചാരമായ ദേവദാസി സമ്പ്രദായത്തിനെതിരെ അവി ടുത്തെ ജനത ഒന്നടങ്കം എതിർപ്പു പ്രകടിപ്പിക്കുകയായിരുന്നു. അവർ എല്ലാം നശിപ്പിച്ചുകൊണ്ടിരുന്നു. ഇനിയും ഒരു ദേവദാസിയും ജനിക്ക രുത് എന്നുള്ളത് അവരുടെ ആവശ്യമായി ആ ജനതയ്ക്കു തോന്നി.

ഉത്തരയുടെ ആത്മാവ് സായൂജ്യമടഞ്ഞു. ഒരു ജന്മം മുഴുവൻ തനി ക്കായി കാത്തിരുന്ന സുദേവനെ തനിച്ചാക്കി പോരുവാൻ അവൾക്കാകു മായിരുന്നില്ല. ആ ആത്മാവിനെക്കൂട്ടി അവൾ അവൾക്കായുള്ള പുതിയ ലോകത്തിലേക്ക് യാത്ര തിരിച്ചു. ആ സമയം ആലിലകൾ പുഞ്ചിരി പൊഴി ക്കുമാറ് ഒരു ചെറു കാറ്റുവീശി. ഇതൊന്നും അറിയാതെ ഒരു ജനത മുഴുവൻ ഒരു അനാചാരം തുടച്ചു നീക്കുകയായിരുന്നു. ഇനിയും ഈ രാജ്യത്ത് ഒരു ദേവദാസിയും ജനിക്കാതിരിക്കട്ടെ.

9 789386 637819

Printed by Libri Plureos GmbH in Hamburg,
Germany